Mga "Hay Naku!" Ng Pasko

Ukiyoto Publishing

All global publishing rights are held by

Ukiyoto Publishing

Published in 2022

Content Copyright © Chris Opeña Orcuse

ISBN 9789360164881

All rights reserved.

No part of this publication may be reproduced, transmitted, or stored in a retrieval system, in any form by any means, electronic, mechanical, photocopying, recording or otherwise, without the prior permission of the publisher.

The moral rights of the author have been asserted.

This is a work of fiction. Names, characters, businesses, places, events, locales, and incidents are either the products of the author's imagination or used in a fictitious manner. Any resemblance to actual persons, living or dead, or actual events is purely coincidental.

This book is sold subject to the condition that it shall not by way of trade or otherwise, be lent, resold, hired out or otherwise circulated, without the publisher's prior consent, in any form of binding or cover other than that in which it is published.

Ang munting aklat na ito ay inihahandog kiná:

Keilah Praise O. Acol,
Dhanica Jane L. Orcuse
Geneva Grace S. Orcuse,
Zariah Yadah O. Abuya,

Nilalaman

Panimulâ	1
Tulâ ni Chris Opeña Orcuse	3
Mga "Hay Naku!" Ng Pasko	4
Mga Tulâ ni Marichu Lacerna Monte	6
Pasko Sa Piling Ng Iba	7
Sa Uhaw Na Pugad	9
Basang Sisiw	11
Hiling Sa Paskong Darating	13
Salóp Na Luha	15
Mga Tulâ ni Rosie Caristea	17
Ang Pasko Sa Plato Ng Kapos	18
Natatanging Aginaldo	20
Kaarawan Mo Ba?	22
Simbang Gabi	23
Ang Pasko Sa Akin	24
Mga Tulâ ni Es Collado	25
Pasko Ng Ulila	26
Uwi Na Inay!	28
Salamat Sa Regalo	30
Hangad Kong Monito	32
Gabay Na Tala	34
Mga Tulâ ni Melinda Verguela	36
Ang Pasko Sa Paslit	37
Pasko Ng Ulila	39

Nasa Puso Ang Pasko 41
Ano Ang Halaga 42
Hay Naku! 44

Mga Tulâ ni Carole Adawag 45

Past Ko 46
Pasilip Ng Pasko 47
Bakit May Pasko 49
Naligaw Na Tanglaw 51
Sino Si JMC? 53

Mga Tulâ ni Ulap Daluyong 55

Hiling Ko Kay Santa 56
Wasak Na Christmas Tree 57
Hiling Ko Sa Langit 58
Pinas-Ko 59
Paskong Pagtatapos 60

Mga Tulâ ni Lucie Mendoza Tabao 61

Sa Araw Ng Pasko 62
Handa Sa Pasko 64
Pamasko 66
Santa 68
Pasko 69

Mga Tulâ ni Ellen Malapitan 70

Ano Nga Ba Ang Pasko 71
Pasko Ay Pag-Ibig 73
Dalawang Mukha Ng Pasko 75
Paskong Wala Ka 77
Pinakamahalagang Regalo 79

Mga Tulâ ni Konsepto 81

Ang Dati Kong Pasko	82
Sálab Na Pasko'y Aandap-Andap	84
Sinaktan Mo Ang Pasko Ko	86
Kahit Hindi Pasko	88
Sentimiyento Sa Pasko	90

Mga Tulâ ni Tonn Villeza Marco I 92

Pasko	93
Pasko Ng Bawat Matatanda	94
Pasko Ng Mga Bata	96
Hindi Delubyo Ang Pasko	98
Hiwaga Ng Pasko	100

Mga Tulâ ni Josephine Deles Prudenciado 102

Ang Pasko'y Parating	103
Muling Sasapit Ang Pasko	105
Pasko'y Panahon Ng Pagpapatawad	107
Hay Naku...Pasko!	109
Pasko Ay Pag-Ibig	111

Mga Tulâ ni Dalmacio Realino Alentejo 113

Paskong Nangungulila	114
Kailan Kaya?	116
Diwa Ng Paskuwa	118
Pasko Ay Pag-Asa	120
Paskong Wala Ka	122

Mga Tulâ ni April Gallego Guillano 124

Lakbáy	125
Kampanà	127
Pasko Ng Isang Maralita	129
Siyám Na Liwaywày	130
Pithayà	132

Mga Tulâ ni Rhuena Baui — 134

Saya Sa Hating-Gabi — 135
Kutitap Ng Gasera — 137
Regalong Nais Sa Pasko — 139
Simbang Gabi Noon At Ngayon — 141
Pasko Sa Eskinita — 143

Mga Tulâ ni Dex Emerson — 145

Pasko, Pangako, Pako — 146
Pitik Panitik — 148
Sa May Bahay Ng Aming Hari — 149
Karimlangit — 150
Paskong Patanong — 151

Mga Tulâ ni Chris Opeña Orcuse — 153

Pamaskong Handog: Kaligtasan — 154
Handog Sakripisyo — 156
Artipisyo Sa Pasko — 158
Anino Ng Pasko — 160

Mga May-Akda — 162

Panimulâ

Iba't iba ang mensaheng dalá ng kapaskuhan. Noong ipinanganak ang Sanggol na Tagapagligas sa isang abâng sabsaban, ay kaalinsabay ding nagpakita ang isang anghel ng Diyos sa mga pastol na noo'y nangagpapastol sa parang at sa kanila'y sinabi:

"Huwag kayong matakot! Ako'y may dalang magandang balita para sa inyo na magdudulot ng malaking kagalakan sa lahat ng tao. Isinilang sa inyo ngayon sa bayan ni David ang Tagapagligtas, ang Kristong Panginoon."

Nakatutuwang isipin na kapayapaan at kagalakan ang naging pangunahing mensahe ng unang Pasko. Kapayapaan dahil sa kaligtasang hatid nito na nagdudulot naman ng kagalakan sa bawat puso.

Ngunit 'di maikakaila na sa panahong kasalukuyan, ang pagdatal ng kapaskuhan ay nagdudulot ng pagkatakot sa halip na kagalakan ang maramdaman ng marami sa atin. Isa na rito ay ang kakapusan sa bádyet upang makabili ng mga pangunahing pangangailangan, sanhi ng nagtataasang mga presyo ng bilihin, o kung dili naman tákot ay lungkot, sapagkat walang maibibigay sa mga kamag-anakang mamamasko.

Mayroong nababalísa bakâ ay ma-*lay off* sa trabaho dahil maraming mga kompanyang nagbabawas ng mga manggagawa tuwing sasapit ang katapusan ng taon.

Sa ibang pagkakataon, lungkot naman ang nadarama tuwing sumasapit ang kapaskuhan. Mayroong nangungulila sa magulang dahil hindi nakakapiling tuwing araw ng Pasko. Kalungkutan din ang namamayani kung sinasabayan nang paghihiwalay ng mga magsing-irog.

Kung hahayaan lang na isulat ang lahat ng mga pighati't kalungkutang nararanasan tuwing nadarama ang dampi ng malamig na simoy ng hangin na nagbabadyang papalapit na nga ang kapaskuhan ay kakapusin ang mga pahina ng aklat na ito.

Itong munting koleks'yon ng mga tula ay isang pagtatangka na mailahad ang samot-saring nararamdaman tuwing panahon ang kapaskuhan. Tunghayan po natin ang labing-anim na mga Makatang Pinoy na nagbuhos ng panahon upang ihayag ang mga samot-saring kwento patungkol sa Pasko gamit ang kanya-kanyáng pluma.

Harinawa'y magdulot ng inspirasyon sa bawat mámbabasá ang munting handog na ito upang kahit paano ay maibsan ang mga buntong-hiningang "Hay Naku!" sa Pasko.

~ Chris Opeña Orcuse, Editor

Tulâ ni Chris Opeña Orcuse

Mga "Hay Naku!" Ng Pasko

Kung buháy ang pasamáno malamang nagrereklamo,
Sa tagal na pagkadiin ng matutulis na siko,
Napapabuntong-hininga habang kunot yaong noo,
Paulit-ulit ang sambit panay hayhay na "hay naku!"

"Sikaping makapagtapos" tanging alalang habilin,
"Mamamasukan ang inay sa ibayo na baybayin",
Malalim ang kalungkutang namayani sa damdamin,
Kalahating dekada na, nanay n'ya'y 'di pa kapiling.

Mga adobeng tinibag na lulan ng malaking trak,
Paisa-isang 'kinarga sa kamyon ng kat'wang baták,
Sa pagnanasang maahon sa hirap ang mga anak,
Na malaon nang naiwan ng namayapang kabiyak.

Sa edad na *setenta y tres* namamasukan pang sastre,
Gumagayak ng maaga maagap kung bumiyahe,

Minsan ang nakakatabi sa jeepney ang
 nanglilibre,
Nakakalibreng pang-kape sa nalibreng
 pamasahe.

Si ateng nagtarabaho sa ibayong karagatan,
Halos lahat ng naipon ay para sa naiwanan,
Kung minsan may nanghihiram at hindi
 napagbibigyan,
Siya pa ang lumalabas na masamâ kadalasan.

Mga sámot-saring kwento ang maririnig sa
 Pasko,
Maaaring tumutukoy sa kanila, sa'kin, sa'yo,
Subukan nating abutin ng dalangin o regalo,
Nang harinawa'y maibsan: buntong-hiningang
 "Hay Naku!"

Mga Tulâ ni Marichu Lacerna Monte

Pasko Sa Piling Ng Iba

Hindi na matakal ang luhang pumatak
Sa bawat palihim na mga pag-iyak.
Itinago na rin sa bawat halaklak
Ang sugat ng pusong matagal nang wasak.

Hindi na madama ang lamyos ng awit
Nang mga pamaskong kaysaya ng himig
Nagtampo ring ganap ang ngiting ninais
Mula ng mawalay kandungang inibig.

Laging nakamasid sa mga bituin
Na wari'y kaysigla sa taglay na ningning.
Nangangarap na rin na sila'y abutin
Ibulong ang aking natatanging hiling.

Ako ay akayin pabalik sa pugad
Kahit panaginip o maging pangarap
Alam kung ang lahat ay sadyang mahirap
Na sayá ng Pasko'y muling maapuhap.

Hahayaan na lang luha ay dumaloy
Sa guhit ng palad ay kusang aayon.
Isa akong ibon na naglilimayon
Dahil sa pamilyang nais kong iahon.

Uusal sa Ama at bakâ pagbigyan

Sa sunod na Pasko ay aking makamtan,
Muling makasama ang pamilyang mahal
Na sadyang nawalay nang napakatagal.

Sa Uhaw Na Pugad

Kawangis ay ibong sa pugad ay sabik,
Madama ang tamis ng yakap at halik,
Sa lamig ng gabing lungkot ang katalik,
Hanggang kaylan kaya luha'y matitiis?

Iniwan ang pugad dahil sa pangarap,
Nilipad ang taas at asul na ulap,
Doon ay nabigo't nabalì ang pakpak,
Bumagsak sa isang madilim na gubat.

Mga kabiguang sa puso'y lumatay,
Na sa diwa't isip ay nananalaytay,
Sugátan kong pakpak tuwing ikakampay,
Nagbibigay lakas ay mga inakay.

Sa bawat hagupit ng baging bumungad,
Ang tanging hangad ko sila'y makayakap,
Kahit sa pangarap sana ay matupad,
Muling makaapak sa uhaw na pugad.

Ang sinag ng Pasko'y pa'no tatanawin?
Kung narerehasan ng gabing madilim,
Ang úhaw kong pugad nais mang yakapin,
Kung paa'y may gapos paano gagawin?

Ang awit ng aking naiwang inakay,

Tulad ay regalong sa'ki'y iaalay,
Kahit ang isip ko'y lubhang nananamlay,
Kung sila'y matanaw diwa'y mabubuhay.

Tanging kahilingan sa Paskong darating,
Pugad ko'y lambungan sinag na maningning,
Kahit na malayo sana'y makarating,
Tamis ng kanilang mga paglalambing.

Taginting at kislap ng kanilang ngiti,
Higit sa regalong aking hinihingi,
Kasiyahan doon ay namumutawi,
Sa pangungulila'y lubhang pumapawi.

Basang Sisiw

Sa yungib ng kalungkuta'y 'di ninais na masadlak
Ngunit guhit nitong palad ang magdanas nitong hirap,
Katulad ko'y basang sisiw na lagi nang naghahangad
Gintong araw ay sumikat upang init ay malasap.

Ang kislap ng kapaskuha'y paano ko tatanawin?
Kung landas kong binabagtas ay tila ba masalimsim,
Makulay na pagdiriwang ay paano yayakapin?
Kung paa ko't mga kamay ay ginapos nitong dilim.

Habang doon sa sabsaban si Kristo ay 'sinisilang
Kami nama'y naririto sa bintana'y nakadungaw,
Sa malayong mga ilaw na abot ng aming tanaw
Nandoon ang pananabik na sana ay malapitan.

Sikmura ay kumakalam at sa lamig nangangatog
Habang dinig ang kampanang sa simbaha'y tumutunog,
Alingawngaw ng batingaw na sa puso'y dumudurog
'Pagkat kaming maralita huhusgahan kung dudulog.

Sa marumi naming anyo't walang bagong kasuutan
Ay hindi rin natakasan ang malupit na lipuan,
Madalas ay pandirihan sa halip na kaawaan
At sa kusing nilang barya ay hindi rin maabután.

Mga "Hay Naku!" Ng Pasko

Ang lamesang walang laman at tahanang anong
    dilim
Ay parating kaulayaw, piping saksing nakatingin.
Kung normal na mga araw wala kaming maihain
Ang masiglang kapaskuhan ay paano salubungin?

Hindi ako magtatampo 'pagkat ito'y kapalaran
Na binigay ni Bathala na dapat kong paglabanan,
Ang tangi kong magagawa sa kap'wa ay iparamdam
Pag-ibig ay payabungin na diwa ng kapaskuhan.

Ang masukal na isipa'y magdarasal ng taimtim
Na wari ay isang sisiw na hanap ay paglalambing,
Kahit kapos sa materyal ay may ngiting mamalasin
'Pagkat pawang kabutihan ang sa puso'y itatanim.

Hiling Sa Paskong Darating

Mundo ay ginapos ng mga pagsubok
At bawat nilalang hinampas ng dagok,
Mga kalamidad na ayaw matapos
Krimen, karahasan, na wari'y bangungot.

Nawa'y magliwanag ang bawat tahanan
Kahit walang handa na pagsasaluhan
Sana'y mamutawi ang pagmamahalan
Na siyang simbolo nitong kapaskuhan.

Sabay hihilingin sa Poong Lumikha
Ang mga may sakít ay huwag lumala
Pahupain na rin ang mga pagluha
Pasko'y salubungin nang may pagpapala.

Ano ang halaga ng diwa ng Pasko
Kung napakadilim nitong ating mundo
Kahit na pabulong ay hihiling ako
Nawa'y lumigaya yaring bawat tao.

Ang mga kaaway nawa'y patawarin
At galit sa puso tuluyang pawiin
Utos ni Bathala ay palaganapin
At nang lumigaya sa Paskong darating.

Patuloy isaboy ang sigla at ngiti

At ang kalungkuta'y tuluyang mapawi
Ang mundong hikahos ay babangon muli
Kung Diyos sa puso'y kasama palagi.

Salóp Na Luha

Sa hinulmang palad nitong kahirápan
bilibid ng dusa ang naging piítan.
Ang kalam na tiyang walang kalutásan,
animo ay sumpang 'di na matakásan.

Kawangis ay sisiw na sisiyap-siyáp,
sa sinag ng ilaw na aandap-andáp.
Ang dilat na matang ayaw nang kumuráp
tulad ng sikmurang sa hapdi ay humpák.

Ang talang simbolo ng Paskong sasápit
sa dag-im na ulap doon nakasábit.
Sa sulok ng pusong mayro'ng nakaúkit
hilahil at gutom doo'y iginúhit.

Pa'no sasaplutan ang hubad na hapô,
kung banig ng hirap ang laging katagpô.
Ang patak ng grasya na sadyang lumayô
Kung maaapuhap sa dukha ay gintô.

Sasapit na Pasko'y pa'no tatawirín?
kung alon ng luha'y kaylangang sagwanín.
Ang posas ng gutom, pa'no kakalasín?
Kung susi ng barya'y kayhirap abutín.

Sa bughaw na ulap dagling titingalâ,

doon aasamin ang siglang nawalâ,
kung ang pagpapala'y tuong iaadyâ,
salop man ay iga, lalanip ng sadyâ.

Mga Tulâ ni Rosie Caristea

Ang Pasko Sa Plato Ng Kapos

Sa matang namulat sa búhay na gipit,
nasanay na kapos sa silong ng langit,
sa hapag-kainan mula pa nang paslit,
mahulog na múmo ay pagmamalabis.

Kaunting biyaya sa araw ng Pasko
kahalintulad sa kwaresmang may bagyo
na kapag dumating sa buwan ng Marso
ay maituturing na isang milagro.

Ang dúlang sa Pasko ng táong mahirap
ay tira-tirahan sa mayamang hapág,
litson at *fried chicken* nagmula sa pagpag,
pantawid sa kalam ng bitukang gasgas.

Pader na malapad ang nasa pagitan,
ng antas sa Pasko ng pobre't mayaman,
sa hamón at prutas ay 'di magkamayaw,
at ang mga dukha ay tiis na lámang.

Kabalintunaang ang Pasko'y pag-asa,
sa giráy na kubo ng abáng pamilya,
ang hapag na yari sa niyuping lata,
sa kaning may toyò ay nag-aagwanta.

Sa kabilang banda kung pakaisipin,

Pasko ng mahirap ay sumasalamin,
doon sa sabsaban ng Siya'y dumating,
na salát sa rangya mula pagkasupling.

Natatanging Aginaldo

Sa kabila ng maraming karanasang 'di maganda,
Sa mukha ng kahirapang idinulot ng pandemya,
Mga tao'y nananabik na araw ay sumapit na;
Ang araw ng kapaskuhang hinihintay ng balana.

Ano nga ba ang mayroon at ang Pasko'y hinihintay?
Pagkatapos ba ng unos may ginhawa pa sa búhay?
Iyan marahil ang tanong at pagsamo sa Maykapal
Habang ating inuusal na luha ay bumubukal.

Ngunit masdan ang paligid at pakinggan yaríng himig
May parol nang nakasabit, pamilyar ang mga awit,
Hindi nga maitatatwa na ang ating iniisip;
Ang Pasko ay parating na, at bagong búhay ang hatid.

At kahit na sabihin pang ang bansa ay naghihirap,
Maraming pagkadismaya, at nabigo na pangarap,
Ngunit tuwing masasambit ang pagsilang ng Mesiyas,
Nagbabago ang ekspresyon mukha'y umaaliwalas.

Sapagkat kung sa panahon ng pandemya ay nasawi,
Sa paglabas ng tahanan ay hindi na nakauwi,
Kung siningil ng Maylikha sa ating pagkakamali,
Marahil ay walang Pasko at wala ang mga ngiti.

Dahil ang diwa ng Pasko at ang mensaheng kalakip

Pag-asa ang hinahatid at ligayang 'di malirip
Walang hirap at pasaning maari pang makahigit
Sa regalong pag-iingat at biyaya nitong langit.

Kaarawan Mo Ba?

    Hindi bagá at itong Pasko
ay kaarawan ng pagsilang ni Cristo?
bakit ka nag-aantay ng regalo?
ang Pasko ba ay kaarawan mo?

    Hindi bagá at ang may *birthday*
ang s'yang dapat tumatanggap
ano't nagkukumahog ka,
at mga regalo ay hinahanap.

    Tunay na nakalulungkot
isip ng tao ay baluktot
laging nais ay tumanggap
laging nakasahod ang mga palad.

    Ikaw na laging ang bukambibig,
na aginaldo ay makamit,
tanong ko lamang uli sa iyo,
ngayon ba ay kaarawan mo?

Simbang Gabi

Ang hudyat at pasimula patungong *Misa de Gallo*
S'yam na gabing pagdiriwang bago ang araw ng
  Pasko.
Ang simula ng panata at mat'yagang panalangin
Umulan man at umaraw taimtim na bubunuin.

Madalas kung simbang-gabi pag-ibig ay nabubuo,
Magkaminsa'y minamalas Paskong-Pasko'y
  nabibigo.
May mga pagkakaalit na dito'y nagkakabati
At mayroong ding nawasak ngunit nabubuong
  muli.

Milyon-milyon ang dalangin na inuusal ng bibig
Umaasang magpapaskong ang tugon ay makakamit.
May dalanging natutupad at mayroong walang
  sagot
May *Noche Buenang* masaya at mayroon ding
  malungkot.

Nasagot man ang hiniling o kayâ nama'y nabigo
Panahon ng simbang gabi sa tao ay nagtuturo.
May dahilan ang Maylikha kung dalangin 'di
  nakamit
Maaring may inilaang ang pakinabang ay higit.

Ang Pasko Sa Akin

Hindi na malilimutan mulang ako'y magkaisip
Na ang Pasko'y tanging araw na simbolo ng pag-ibig
Ang halagang ipinunla sa isip ko noong paslit;
Ang Pasko ay aginaldong handog sa atin ng langit.

Bumabangon nang maaga, halos hindi makatulog
Nagmamano sa magulang, nakatiklop yaríng tuhod,
Sa natatanging okasyon, dapat malinis ang suot
Nakatanim sa isipang kaarawan ngayon ng Dios.

Ang putaheng masasarap na bihira lang matikman.
Nakahain sa lamesa't sa mata'y katakam-takam
May menudo at pochero, halayang ube at suman,
Masagana ang handaan dahil Kanyang kaarawan.

Anong sayá ng pamilyang sama-samang nagsisimba,
Pasko'y nagsisilbing buklod sa hirap man at
    ginhawa,
Nakakintal sa isipang ang higit na mahalaga
Ay ang laging magmahalan at tahimik na pamilya.

Iyan ang diwa ng Paskong hinding hindi
    mawawalay,
Báon sa aking pagtanda sa lungkot man o tagumpay,
Ang dakilang Panginoong inialay pati búhay,
Nararapat ng parangal sa Kaniyang tanging araw.

Mga Tulâ ni Es Collado

Pasko Ng Ulila

Ako'y namamangha sa'king namamasdan,
Iba't ibang kulay, ilaw sa lansangan;
Musikang maingay, nagsasalimbayan,
Ang lahat ng tao'y nagkakasiyahan.

Naalala ko pa ang sabi ni ina,
Ngayon daw ay Pasko dapat ay magsaya;
Sa araw ding iyon lumisan si ama
At kaming mag-ina ay inabandona.

Ang lungkot ni ina ay aking namasdan
Katawang mahina'y 'di na nakayanan;
Araw din ng Pasko nang siya'y pumanaw
Sa murang gulang ko ako ay naiwan.

Habang nagsasaya ang lahat ng tao
Sa akin ay lungkot ang hatid ng Pasko,
Paano hahaharap sa hámon ng mundo?
Ang ulilang paslit na isang tulad ko.

Sa paggising palang lata na ang bitbit,
Bawat nagdaraan ay kinakalabit;
Umula't umaraw ay handang magtiis
Kalansing ng barya'y awit sa pandinig.

Kapag nagsimulang sikmura'y kumalam

Kung mayro'ng kinita t'yan ay malalamnan
Ngunit kung nabasyo ang lata kong tangan
Hahalungkatin ko'y t'yak na basurahan.

Sa gabi ng Paskong hangin ay kaylamig,
Banig ko ay karton sa sementong sahig.
Ang himig ng Pasko'y di ko na marinig
Ang gutom at nginig ang s'yang nananaig.

Uwi Na Inay!

Palapit na naman ang araw ng Pasko,
Ngunit bakit lungkot ang nadarama ko;
Natanggap na namin ang 'pinadala mo
Ang malaking kahong punô ng regalo.

Ang bunsong si Toto ay ubod ng saya,
Sa aginaldo mo, na natanggap niya,
May laruang robot, tren-trenan at bola,
Meron tsokolate, may kendi at pera.

Ganun din si Nene, sa tuwa'y nasigaw,
Kaysaya sa bagong bestida n'yang dilaw;
May *partner* pang *sandals* kaya napasayaw
May bago pang barbie na winawagayway.

Kaydami ring bagay na para sa akin
Mga bagong *gadgets* t'yak na mamahalin
May relo, may kwintas, mayroon ding singsing
Na halos lahat ay 'di ko hinihiling.

O! mahal kong ina tangi naming nais
Ay makapiling ka sa Paskong sasapit
Mayakap mo kami sa gabing malamig
At pag-aalaga twing kami'y may sakit.

Walong taon ako nang ika'y lumisan

Dal'wang kapatid ko'y pawang musmos
    lamang
Baka 'di ka na nga nila matandaan
Sa murang isipan nilang walang muwang.

Tandang-tanda ko pa ang sabi mo noon
Kontrata sa abroad ay dalawang taon
Pangakong napakò at tila nabaon
Anim na taon na, kayhabang panahon.

Sana ngayong Pasko'y matupad ang hiling
Mahal naming inay aming makapiling.

Salamat Sa Regalo

Pasko na sinta ko, hanap-hanap kita,
Naalala ko pang lagi kang kasama,
Magkahawak kamay pa tayong dalawa,
Ang bawat sandali ay ubod ng saya.

Noon maaga pa ako'y hinihintay
Tayo'y nagsisimbang laging magkasabay,
Sa *Misa de Gallo'y* hindi lumiliban
Ating binubuo hanggang Kapaskuhan.

Hanggang *Noche Buena* tayo'y magkasalo
At sa isa't isa'y may handang regalo;
Masaya na akong magkapiling tayo
At tanging ikaw lang ang hiling sa Pasko.

Ngunit may trahedyang sa ati'y naganap,
Habang nagbib'yahe ay 'di nakaiwas,
Ako'y sinagip mo at iyong niyakap
Subalit buhay mo naman ang nagwakas.

Hanap-hanap kita sa Paskong darating,
Iniiwasan ko naman ang manimdim;
Dahil sa regalong iniwan mo sa'kin
Regalong handog mo'y pakamamahalin.

Oo, isang anghel ang kapiling ngayon

Sa pinagsaluhan nating Pasko noon
Pagkakalugmok ko siya ang nag-ahon
At naging lakas ko upang makabangon.

Hangad Kong Monito

Sa malayo ikaw ay pinagmamasdan,
Ako'y kinikilig pag ika'y natanaw;
Sana'y lumingon ka at ako'y ngitian
Baka sa tuwa ko ako'y mahimatay.

Ngayong magpapasko ang tangi kong hiling,
Ikaw ang "monitong" ibigay sa akin,
Ako ay "monitang" handa kang mahalin
Lahat nang nais mo ay handa kong gawin.

Kaya nga nung minsang ikaw ay lumapit,
At ika'y ngumiti nang ubod ng tamis,
Itong aking puso'y bumilis ang pintig
Nararamdaman kong ako'y umiibig.

O! Aking monito sana ay matupad,
Tanging aginaldong aking hinahangad,
Ang ikaw sa aki'y tuluyang ma-inlove,
At doon sa altar ay handang humarap.

Hanggang isang araw napagdesisyunang
Sorpresang ikaw ay aking pupuntahan,
Sa iyo'y aamin ng nararamdaman
Ngunit nagulantang ako sa nadatnan!

Inabutan kitang ang suot ay *crop-top*

At ang iyong mukha'y kaykapal ng *make-up*
Di ka makahuma sa 'yong pagkagulat
Hanggang mapilitang sa aki'y magtapat.

At inamin mo ngang 'di ka isang macho,
Naglalakihan man iyong mga braso;
Dahil ang hanap mo'y katulad mong gwapo
Isa kang sirena iyan ang totoo!

Aginaldong hangad 'di ko man nakamtan,
Ang aking "monitong" kaytagal inasam;
Naging matapat ko namang kaibigan
Pasko'y sabay naming ipinagdiriwang.

Gabay Na Tala

Habang aking minamasdan mga talang kumikislap
Ay may isang namumukod sa taglay n'ya na liwanag
Bituin na kakaiba at namumukod sa lahat
Ang silahis nitong taglay ay naghahatid ng galak.

Doon sa kaitaasan ito'y aking minamasdan
Wari ba'y may nag-uutos na sinag ay aking sundan
Ang madilim na landasin ay kanyang tinatanglawan
Tila nais siguruhing hindi ako maliligaw.

Kaya aking inihakbang itong aking mga paa
Parang aking naririnig mga awit na kayganda
Mula sa tinig ng anghel sa puso'y humahalina
At tugtuging nagmumula sa naggagandahang plawta.

Hanggang sa aking matanaw doon sa 'di kalayuan
Isang maliit na kural na tila naiilawan
At nang ako ay pumasok doo'y aking natunghayan

Doon ay may isang Sanggol, nakahiga sa
   sabsaban.

Naroon ang Ama't Ina, pati tatlong Haring
   Mago
Bawat isa ay may bitbit na kanya-kanyang regalo
Naroon din itong pastol, ang baka, tupa at asno
Nakatunghay din ang anghel nitong Espirito
   Santo.

Ngayon ay araw ng Pasko panahon ng
   pagdiriwang
Kaarawan ng tumubos sa sala ng sanlibutan
Sana ang tunay na diwa ay 'di natin malimutan
Alay ay pasasalamat sa kaligtasang nakamtan.

Mga Tulâ ni Melinda Verguela

Ang Pasko Sa Paslit

May ningning ang mata nitong batang paslit,
Habang minamasdan, parol: nakasabit,
Mayrong guni-guning nilaro sa isip,
Magandang sapatos mga bagong damit.

Sa ninong at ninang siya ay pupunta,
Hahalik sa kamay na punô nang sigla,
Maraming pagkain na hain sa mesa,
Tsokolate't kendi kan'yang ibubulsa.

Si ate at kuya, kan'yang yayayain,
At sa bawat bahay ay magkakaroling,
Ang maipong barya, kan'yang iipunin,
Magandang laruan ay kan'yang bibilhin.

Ang Pasko sa paslit ay kaligayahan,
Walang hinanakit, mga agam-agam,
Mga suliraning pinagdadaanan,
Hindi iniinda nitong kamalayan.

Puno nang pag-asam ang Pasko ng musmos,
Ito'y kaarawan ng Dakilang Diyos,
Kaya't pangangarap 'di matapos-tapos,
Sa isipan nila biyaya'y bubuhos.

Paslit masaya na kung anong matanggap,

Sa maraming kulang hindi naghahanap,
Tunay na ligaya itong nalalasap,
Kung may aginaldong sasapit sa palad.

Pasko Ng Ulila

Karimlang pusikit ay naging makulay,
Habang minamasdan patay sinding ilaw,
Ang pamaskong himig puma-pailanlang,
Waring nanunuot sa kaibuturan,
Nitong aking pusong may bahid ng lumbay.

Mata ay lumuhà nang aking mamasdan,
Ang bakanteng papag nagsilbing higaan,
Ang unan at kumot ay naka-salansan,
Waring naghihintay na sila'y lapitan,
Katulad no'ng dating narito si inang,
Punda'y hahagurin bago pa likmuan.

Maganda pa naman ang pagkaka-ayos,
Nang mga kakanan maging ang kubyertos,
Ang mga kurtinang walang humahaplos,
Ngayon ay may agiw at ma-alikabok,
Pati kabuuan nitong bawat sulok.

Ganitong papasko nang siya'y umalis,
At mag-mula noon hindi na nagbalik,
Ang tahanang dati tigib ng pag-ibig,
Biglang naging hungkag at naging tahimik,
Nawalan ng kulay ang aking daigdig.

Pagsilang ni Kristo ay ginugunità,

Kaya't itong Pasko'y larawan ng tuwà,
Pawang nagsasaya ang bata't matandà,
Ngunit sa tulad kong naulilang biglà,
Sa araw ng Pasko, kaniig ko'y luhà.

Nasa Puso Ang Pasko

Ang Pasko sa akin, noong ako'y paslit,
Ay bagong laruan, saka bagong damit,
Kung ito ay wala ako'y naiinggit,
Sa kapuwa bata na mapag-parunggit.

Bago n'yang sapatos ay pinagmamasdan,
Pati na ang kan'yang bago na laruan,
At tatalikod nang mata ay luhaan,
Ang aking sarili ay kaaawaan.

Nang matutunan kong makinig ng misa,
Ay natuklasan kong ako'y mali pala,
Materyal na bagay ay walang halaga,
Sakaling pumanaw, hindi madadala.

Dahil lahat palang narito sa mundo,
Pawang luhò lamang yari man sa bato,
Dahil itong tunay palang aginaldo,
Ay ang pagmamahal sa Poong si Kristo.

Kung ika'y marunong magmahal ng tapat,
At sa nagkasala, ay nagpapatawad,
Pasko'y nasa pusong marunong lumingap,
At ang madarama ay ligayang ganap.

Ano Ang Halaga

Hawak na kandila'y binibilang-bilang,
Taong humahangos ay sinusulyapan,
Si neneng maliit ay karga ni tatay,
Si kuya ay hawak sa braso ni nanay.

Uma-alingawngaw yaong kampanaryo,
Lalong nagpa-hugos sa daloy ng tao,
Kaygandang pagmasdan pamilyang kompleto,
Upang makiisa sa *Misa de Gallo*.

Sa mura n'yang isip naghari ang inggit,
Sa labi'y sumilay ngiti na mapait,
Magkabilang mata ngayo'y nangingilid,
Habag sa sarili itong nananaig.

Kung narito sana si ina't si ama,
Disin sana ngayon kami ay masaya,
Sa sandaling ito'y nasaan na nga ba?
Mga magulang ko… ako'y nag iisa.

At muling sinipat ang kandilang hawak,
Ilang piraso pa at ubos na lahat,
May bibili pa ba abala nang lahat.
Sa masayang misa may puma-palakpak.

Mula sa pintuan ay nauulinig,

Ang awit ng koro kayganda ng himig,
Magsaya, magdiwang, ang Pasko'y sumapit,
Sabay-sabay sila na nagsisi-awit.

Magsaya, magdiwang, magdiwang, magsaya,
Anong pakiramdam nitong maligaya?
Sa tulad kong yagit na inabandona,
Ang diwa ng Pasko, ay anong halaga?

Hay Naku!

Hay naku! Pasko na, Pasko na ngang tunay,
Nag-iisa pa rin kaylungkot ng buhay,
Nais nang tumubò nitong mga uban,
Ngunit hanggang ngayo'y wala pang biyenan.

Kung bakit ba kasi nang isabog ng Dios,
Itong kagwapuhan ay walang nasambot,
Kundangan sigurong ako'y natutulog,
Kaya kahit konti hindi nakapúlot.

Nakaka-pagod din ang tumanaw-tanaw,
Dito sa bintana ay laging manungaw,
Sa kapalaran ay mag-abang maghintay,
Walang sumasapit ay Pasko na naman!

Hangang kailan ko kaya hihintayin?
Kasuyong pangarap kailan darating?
Marami nang Pasko dumaang matulin,
Walang aginaldong naiwan sa akin,

At ngayo'y Pasko na, Pasko na ngang muli,
Naririto pa rin nagmumuni-muni,
Pinalilipas lang ang bawat sandali,
Nag-aabang pa rin kung may magkamali.

Mga Tulâ ni Carole Adawag

Past Ko

Bawat silip at titig
damdaming 'di batid
pag-ibig ba ang lakip?

Sa paghingang malalim
sabay na napatingin
mga mata'y nagningning.

At sa mga katagang
pinanawan ng busal
pagmamahal ang laman.

Pinagbigyan ang gibik
ang hangad na pag-ibig
tila Pasko ang tamis.

Pasko ang pakiramdam
isang regalong tunay
na galing sa Maykapal.

Regalo nang binuksan
Ligaya'y 'di nagtagal
'di maangkin ang laman.

Ang Paskong pakiramdam
past ko ang hantungan
panandalian lamang.

Pasilip Ng Pasko

Kumukurap-kurap bumbilya na dilaw,
Sa sinasandalang poste na may ilaw,
Binaybay ng tingin kableng nakahapay
Hinaplit ng hangin, ambon ang kasabay.

Kumuti-kutitap, parol sa bahayan
Tila nang-aakit yayà'y kasiyahan
Katawang maharot tugtog - palakasan
Panay palakpakan at nagsasayawan.

Umaandap-andap matang namamagâ
Pumatak ang luha sa mga nakita
Ngitiang tumanggap ng regalo lahat
Higpit na yakapan at pisngi'y naglapat.

Kumakalam-kalam tiyang walang laman
Samyo ng pagkain tagos sa kalamnan
Nakahaing lechon, kesong bola't hamón
Nakakagutom din *fried chicken* at hipon.

Kinalad-kaladkad sarili palapit
Sinadyang pakita, sa tao'y lumapit
Kumanta ng awit bandurya'y tinipa
Bakasakaling s'ya'y mapamaskuhan nga.

Sinulyap-sulyap lang kumumpas ang kamay

Sobreng 'winagayway lahat ay nagbigay
At nagpasalamat sa puso'y may galak
Maswerteng pamamasko biyaya ang hatak.

Tinupi-tupi n'ya ang sobre 'sinilid
Sa lukbutang dala't ngumiting mapagkit
Umasang may lamang pamaskong kalakip
Sarili bibilhan, wheelchair - makakamit!

Haplos-haplos niya ang binting kalbaryo
Binuksan ang sobreng mga aginaldo
Nang sipatin lahat agad na nanlumo
Pasilip lang pala sa sobre ang Pasko.

Bakit May Pasko

"Pasko na! May handa?", ang tanong ko lagi,
At ang tanging sukli mapait na ngiti,
"Anak, gawa tayong parol at *Christmas tree,*
Upang sabitan mo'ng medyas na malaki".

Inipon na siit kan'yang pinormahan,
Kininis ng husto at pininturahan'
Pumili daw kami ng mga larawan,
Adornohan ito ng may kagalakan.

Ang gawa sa kugon na parol, 'sinabit,
Banal na Pamilya siyang idinikit,
Bakit hindi amin yaong ipinagkit,
'Kakawalang gana tuloy na ikabit.

Nakaismid ako nang ako'y batukan,
"Huwag ka ngang sutil, 'di ka mabibigyan,
Marinig ni Santa, ika'y lalagpasan,
Medyas mo ay tiyak 'di magkakalaman".

"Bakit ba may Pasko?" makulit kong tanong,
"Birthday ti anak ti namarswa ti lubong,
Ipinagdidiwang iyan taon-taon,
"'Nak pakabait ka", tangi niyang tugon.

Kayâ ba may Pasko dahil lang sa gusto?

Mamulat, magdiwang ng maluho't mucho?
Hain na pagkain sa hapag ay husto?
'Pag nag alas dose'y mayroong regalo?

Mula pagkabata'y tanong ko sa t'wina,
Bakit ba may Pasko? hindi ko makita,
Hapsay yaring sayá sa datal ng petsa,
Magulang ay lito kung saan kukuha.

Akin ngang namalas - payak nilang gawa,
Mga magulang ko'y kaibang adhika,
Sila'y maparaan kahit isang dukha,
At ang puso'y buklod sa sampalataya.

Naligaw Na Tanglaw

Nais kong makita ang patag na daan
Malayang damahin ang patak ng ulan
'Pagkat tuyot' uhaw na yaring sisidlan
Nang pang-uunawa at kahinahunan.

Isip, payapain sa pagkakalito
Yaong pagsilang ba ay tubog sa ginto?
Makinang - paligid nasaan ang anyô?
Ilaw, 'di aninag, sinisilaw ako.

Nawa ay busugin aking kagutuman
Ba't 'yong nakahain hindi malasahan
At kahit ano pang nasa 'king harapan
Grasya'y 'di mapunan nitong kabusugan.

Ilang pag-ibig ba ang dapat matamo
At nang maramdaman yakap na totoo
Nilalamig pa rin hindi makatagpo
Wagas na pag-ibig ipagkaloob Mo!

Ilang himig pa ba ang mapakikinggan
Ba't hindi mariningan saktong katimyasan
Nasa'n, mga anghel na nagsi-awitan
Nang ipinanganak Sanggol sa sabsaban?

Maraming biyaya na rin ang natamo

Kagalaka'y ampaw, mas higit pa'ng gusto
At hindi rin sapat bigay na regalo
Si Kristo ang ganap sa araw ng Pasko.

Bihis mang sarili nitong katanyagan
Anyo't kakisigan gawin mang puhunan
Sarili'y damitan – gara't kamahalan
Ang mukha ng Pasko'y hindi karangyaan.

Muli na ibalik paninging lumabo
Handuga't alayan ng lungó na puso
Pintahan ang kanbas nitong pagkatao
Punan ng sagradong tanglaw yaring mundo.

Sino Si JMC?

Pagsapit ng *Ber Months Christmas* na sa 'Pinas
Sumilip na si Chan ulo'y nakalabas
Setyembre a-uno dinig na ang lakas
Sikat niyang kanta ay tunay na wagas.

Si Jose Mari Chan ay isang batikan
Kapag s'ya'y umawit t'yak nagngingitian
Hudyat nitong Pasko na paghahandaan
Panay *add to cart now* tiyak ang alukan.

Mukha n'ya sa *Facebook* ay ubod ng sikat
Ngiti niya'y wagi, bakas na matapat
Malamyos n'yang boses siyang nagmumulat
Pasko'y kumakaway kumusta ang lahat.

Tila inagaw na ni Chan ang korona
Mas tanyag sa madla lalong mas kilala
Ingay niyang hatid laman ng balita
Mas inaabangan ang kanyang pagkanta.

Kahit ano pa man ambag nitong si Chan
Propeta ni Kristo o kabidyokehan
Nakakataranta hudyat ay handaan
Pasko'y sasapit na ating paglaanan.

Sino si JMC inyo bang kilala?

Si Jose Mari Chan tiyak s'ya ang bida
Tulay lamang siyang nagpapaalala
Kay Joseph, Mary, at Christ, na lalong dakila.

Mga Tulâ ni Ulap Daluyong

Hiling Ko Kay Santa

Ano ba ang iba sa Pasko o hindi
kung lamig ay tulad ng buong magdamag
sa gabing tahimik wala ring mapili
kundi ang humiga sa kalye't sa lapag.

Ano ba ang lasa ng bili at púlot
ang hingi at bigay na laman ng tiyan,
kung Pasko'y sasapit ano ba ang dulot,
sa kapos at kahos na walang tirahan.

Dito na namulat sa basurang dagat
ang tanglaw na ilaw ay mga sasakyan
may araw na paldo kaydalas maalat
habag lang sa barya para lang mabigyan.

Pasko ba'y kailan kala ko'y wala na;
si Santa ay ano? Sino? bat saan s'ya?
hiling ko'y isa lang mumunting tahanan
hindi lang limos n'yo habag na tinginan.

Wasak Na Christmas Tree

Anong silbi ng ilaw na kumukutitap
kung wala sa bahay ang ilaw ng tahanan
maliwanag ang buong baryo at lansangan
subalit sa loob may luhang iniwan.

Anong silbi ng parol na sabit sa bintana
kung ang haligi ay lumisan at biglang nawala
buo ba ang Pasko ng mga ulila
naligo ang Pasko ng hikbi at luha.

Pasko na ina kapiling mo'y sila
sa ibang lupain diyan ka alila
ang hámon ay hamón ng isang dakila
lumisan ka'y musmos, ngayon na'y binata.

Pasko na ama ko sa ibang tahanan
na hindi kinaya ang tawag ng laman
ni hindi inisip ang dapat ingatan
kami 'yong nilisan ng walang alinlangan.

Hiling Ko Sa Langit

Barya po o papel binalot o hindi
sa buong maghapon panapal sa hapdi
at buong magdamag bahagyang pamawi
sa kalam at hilab na dama palagi.

Pasko po at hindi ay walang pag-iba
tanghod ko ay habag handusay at dipa
dugyot po ang araw lagi lang mag-isa
limos n'yo ang hiling doon lang may saya.

Ito po ang bunga ng walang pag-isip
sa buhay na ito musmos pa'y sumilip
kumot ko'y tag-lamig sa buwang tag-init
unan ko'y kay-tigas na laging kaniig.

Nais kong madama ang yakap na wagas
malambot na kama katawang mayhugas
sa usok at amo'y nais kong tumakas
at pasmang sikmura'y nais ng umiwas.

Sa plato na butas nasa kong matanaw
ang buhay na dapat malayo sa ginaw
may kapeng mainit na laging makanaw
doon po ang Pasko ganap ng lilinaw.

Kapos man ang bawat dunong ko't panulat
nais kong talata'y pumukaw magmulat
kahit pa ang buhay tulad lang ng dagat
nais kong umahon maibsan ang alat.

Pinas-Ko

Pinas-ko ay kapos sa bawat pagtitig
sa laman ay salat sa talas na bibig
ang hapag at habag sikmura'y ligalig
sinapin na sako pamalit sa banig.

Hindi lang iisa bagkus ay binugkos
sa isip at awa sa puso ay kapos
ilaw ba ng saya'y gamot sa hikaos
kulang pa ang dasal sa gutom tatapos.

Barya ba'y naipon sa latang iniwan
na dungis at habag ang siyang puhunan
bulag ba ang langit na siyang sandalan
sa punit na salwal na wari'y basahan.

Paos na ang ulan na hindi maawat
sa kalam ay balam na hindi maampat
ano ba ang tama ito ba ay dapat?
tangan ko'y pamukaw na tulang habagat.

Paskong Pagtatapos

May kirot ang dulot ng sipag at t'yaga,
sa taong ni minsan ayaw magpabaya,
pinili ay init at pawis na bat'ya
sa Paskong hinulog ang paa sa lupa.

Pinala ay nasang pamilya'y iahon,
sa hirap ng buhay na labis ang hámon
may anim na kilong tinakal maghapon
sa anim na araw ng pawis inipon.

Labindal'wang buwan sasapit ang ginaw
kinumot ay dungis sa pagal na araw,
malabo ang batis na agos sa kanaw
ang ganang sabado 'yon lang ang malinaw.

Pasko na sa pakò at tangang martilyo,
musika ay gaya ng pihit kong ganso;
tapós na ang bahay ng amo kong kalbo,
Pasko na sakâ pa nawalan ng trabaho.

Mga Tulâ ni Lucie Mendoza Tabao

Sa Araw Ng Pasko

Kapag Pasko'y papalapit, *Noche Buena'y* nasa isip;
Malayo pa'y nagtitipid nang magkasya itong badyet,
Ibat-ibang pangmatamis, *spaghetti* pati pansit,
Mesa'y tangkang pupunuin kahit bulsa'y nagigipit.

Minsan lamang sa 'sang taon ang pamilya ay kompleto;
Sama-samang maglalakad sa simbahan ay tutungo,
Sasaksihan ang pagsilang, Diyos anak na si Kristo,
Pasalamat sa okasyon at pag-asang hatid nito.

Kaysarap sa pakiramdam ang pamilya ay kasama;
Sabay-sabay kumakain tabi-tabi sa lamesa,
Dalang bigat nitong buhay hindi muna alintana,
Pagselebra'y walang pagod, damang-dama ang ligaya.

Salo-salo'y anong ingay ang kwentuha'y walang tigil;
Balitaan at kant'yawan may hagikhik na malambing,
May pasahan ng pagkain kahit busog pipilitin,
Ang linggal ay atikabo't hindi basta mapipigil.

May *exchange gift* at sorpresa kaya lahat nakadilat,
Ayaw munang magpahinga't *excited* sa matatanggap,
Nakabalot na regalo'y inaalog sinisipat,
Huhulaan ng pabiro't sasabayan ng halakhak.

Isang gabing anong saya't ang ramdam ay
   pagmamahal;
Hinihiling na mangyari ito lagi araw-araw,
Walang dusang iindahin areglado't walang kulang,
Panatag ang kalooban; payapa at matiwasay.

Handa Sa Pasko

Aanhin mo itong hamón kung puno ng
 kunsumisyon?
Ang puso mo'y nayayamot at gálit ang
 pinupukol,
Hindi matakasang ganap ang loob mong
 nananaghoy,
Ngayong Pasko ay magbago, nang sumaya
 sa okasyon,
At ang amoy nitong hamón, sa payapa
 isusulong.

Aanhin mo itong pansit kung puso mo'y puro
 ingggit?
Miki't bihon pag kinain ang hili ba'y mapapatid?
Pangimbulo sa katawan tanggalin na't h'wag
 manlait,
Ngayong Pasko ay simulan na ang labi'y
 mapaumis,
Lalapit ang kaibigan, ang samahan mabibigkis.

Aanhin mo kesong puti at pulang *queso de bola*?
Ang puso mo ay may poot umaawas ang
 problema,
Init ng ulo ay bitbit kahit saan dala-dala,
Ngayong Pasko'y kalimutan ang siphayo at
 tumawa,

Siguradong giginhawa at didikit ang portuna.

Aanhin ang *spaghetti* kung puso mo'y mapang-api;
Ang asal mong panlalamang ay hindi na maikubli,
Pinagsasamantalahang walang palit na pagsilbi,
Ngayong Pasko'y matutuhan na ang mali ay iwaksi,
Walang pasubali't ganap, na ligaya'y masasaksi.

Aanhin, Paskong magarbo kung ikaw ay nagsosolo?
Winawaglit sa buhay mo, Panginoong Hesukristo,
Punuin man ng pagkain ang lamesa at kompleto,
Kung may kulang sa'yong puso walang kwenta lahat ito.
Magbalik sa pananalig, sa Diyos nating totoo.

Pamasko

Pasko'y tanging hinihintay sa kahit saang lupalop,
Pagsilang at tanging araw ng dakilang mananakop,
Paghanda'y may kagalakan dahil tayo ay sinakop,
Pag-asa na kanyang taglay; nananalig, nagpakupkop.

Araw na inaantabay na walang makaantala,
Aliw ganap umaapaw at napuno ng pag-asa,
Awang gabay ng Maykapal na lahat ay tatalima,
Antimanong sasanggalang, ang buti'y patatamasa.

Magsasaya buong araw at regalo'y sinasamsam,
Magbibigay ng pinansyal sa umawit nang mainam,
Masasarap nakahanay at sa hapag matatakam,
Maghapon na maglilibang walang oras sa
   paglamlam.

Awiting mga pamasko na banyaga't mga luma,
Anong ganda nitong tono at hindi nakasasawa,
Ang melodya'y nagbabago at may himig na malaya,
Ang musika'y tumiterno sa pagtunog ng kampana.

Simbang gabi'y tatapusin, mananalangin nang lubos,
Siyam na araw hihiling na pandemya ay matapos,
Sasamba na walang maliw, ang tiwala'y ibubuhos,
Sabsaban ay lilingunin, sumilang nang manunubos.

Kapaskuha'y tanging araw na ang mundo'y nagagala**k**,
Kamag-anak may ugnayang sa saya'y napapainda**k**,
Kapitbahay nag-aabang sa regalong ilalaga**k**,
Kapamilya'y umaasam ng pamaskong mahahawa**k**.

Okasyon ay nanghihimok na magsaya bawat yugt**o**,
Operta na paghahandog ay mula sa iyong pus**o**,
Obligado na maglingkod sa kapuwang may siphay**o**,
Oras ay umikot-ikot ang ligaya'y natatant**o**.

Sa araw ni Hesuskristo tanging hangad sama-sama,
Kapamilya'y halubilo't ang gusto'y magkita-kita,
Walang tapos na pagkwento't may linggal sa pagselebra,
Pamaskong mga regalo'y kontento na't anong saya.

Santa

Santa Klaus ay ang simbolo ng regalong magaganda
Sako-sakong aginaldo ang kaniyang dala-dala
Sa kaarawan ng Pasko ang kasuotan niya'y pula
Sisigaw ng "ho, ho, ho, ho" at *"Christmas tree"* ang
　asinta.

Aginaldo'y nakahanda at lahat ay nakabalot
Alay sa piling nilikha't malugod na iaabot
Anyaya ng saya't tuwa ang handog n'yang kapulupot
Arangkada'y walang banta na ang Pasko'y mauudlot.

Ninang at Ninong ay tiyak na alam ang obligasyon
Natibidad nag-aalab sa pagsilang nating Poon,
Ningning ay agad sumiklab na dala ay inspirasyon
Ningas na sumasalakab, karga ng imahinasyon.

Taginting ng pagkalembang kumislap na parang tala
Titingala sa kuminang na regalo ni Bathala
Taimtim na mag-uusal ng dalangin sa dambana
Tatalima sa patnubay ng makuha ang biyaya.

Asens'yon sa kalangitan may biyayang ibubuhos
Asam na tanging tatanglaw ang dakilang manunubos
Aani ng kagalakan dahil nanalig ng taos
Anyaya'y dinig ang sigaw nitong haring si Santa
　Klaus.

Pasko

Pagdiriwang ng pagsilang ng dakilang mananakop
Pag-ibig at kagalakan ang regalo sa pagkupkop
Pananalig ang ialay sa Kaniyang pananakop
Pagsampalatayang tunay at pag-asa'y matututop.

Araw ay tanging hinintay, at ayaw na maantala
Aliw ang nakaulayaw at lubos na umaasa
Awa ng Poong Maykapal upang tayo'y guminhawa
Aruga at pagsanggalang lubos na 'patatamasa.

Sa sabsaban *inilaksang* si Kristo na manunubos
Sinag ng tala'y kuminang nang ang landas ay matalos
Suklob ng kaligayahan sa kalooban ay taos
Simbahan ay kumalembang sa kagalakan ay puspos.

Kapaskuha'y tanging araw na ang mundo'y
    nagagalak
Kaligayaha'y umapaw pag-ibig ang pinaunlak
Kampana at ang batingaw sa ingay ay mabibiyak
Katangi-tangi na hirang may tungkulin na busilak.

Okasyon ay pagbubunyi't 'binigay si Hesuskristo
Obhetibo ay magapi ang gawang mga peligro
Obrang dapat ay mabawi ang lupaing paraiso
Obligadong maghahari at iligtas itong mundo.

Mga Tulâ ni Ellen Malapitan

Ano Nga Ba Ang Pasko

Sa musmos kong isip noong kabataan,
Ang simoy ng Pasko ay inaabangan,
Pagdaan ng araw laging binibilang,
Santa Claus darating ang bilin ni inang.

Marapat daw ako ay maging mabait,
Maging masunurin at upang makamit,
Mga kahilingan na kanais-nais
Sa aming pamilya'y 'di ipagkakait.

Simpleng aginaldo sa isip binuo,
Sana may laruan, sapatos at relo,
Sapagkat pudpod na, laging may insulto,
Sa kamag-aaral aking natatamo.

Orasan sa braso, na pinapangarap,
Upang sa pagpasok, pinaka-maagap,
Tilaok ng manok tanging silbing hudyat,
Hindi maiwasan na pupungas-pungas.

Ang mga laruan ay ikatutuwa,
Nang tanging kaybigan mula pagkabata,
Ang aming samahan ay kahanga-hanga,
Na walang iwanan, hanggang sa pagtanda.

Sa aking isipan may umuukilkil,

Mga "Hay Naku!" Ng Pasko

Pasko'y hinihintay at ano ang dahil,
Kahit pa si tatang wari'y 'di mapigil,
Sa katatanong ko'y ano't may hilahil.

Anak kung sakaling si Santa'y lumampas,
Sa ating tahanan, pinto man ay bukas,
Huwag malulungkot, o kaya'y iiyak,
'Pagkat si Santa Claus, maraming kaanak.

Isipin mo na lang, na hindi man ngayon,
Marahil kulang pa ang kan'yang naipon,
Sa halip magtampo sa kan'ya'y tumugon,
Ang iyong pag-ibig, sa puso'y naroon.

Pasko Ay Pag-Ibig

Kayrami nang parol sa mga bintana,
Nagpapaalala sa Poong Lumikha,
Na sa ating puso, sa diwa't gunita,
Sa magpakaylan man hindi mawawala.

Ipinagdiriwang kahit saang dako,
Lahat ay masaya sa araw ng Pasko,
Pinaghahandaan ang pang-aginaldo,
Sa buong pamilya, kaybigan, katoto.

Awiting Pamasko'y laging naririnig,
Kasabay ng hangin nakapagpakilig,
Wagas na dumampi may ibayong hatid,
Pasko na! Ang sigaw, sa ligaya'y tigib.

At ang mga bata, nagkakatuwaan,
Na nagkakaroling doon sa lansangan,
Kan'ya-kan'yang bitbit, pagkain, laruan,
At isang sumbrerong, may barya na laman.

Habang nagbibilang, ngiti'y umaapaw,
Kakaibang ningning sa mukha'y natanaw,
Tunay na ang Pasko, ang nagpapagalaw,
Sa dukha't mayaman may isang pananaw.

Pasko ay pag-ibig, sa lahat ng oras,

Na ang tinatahak nawa'y isang landas,
Pagkapantay-pantay palad laging bukas,
Ano pa mang kulay, anyo'y 'di parehas.

Dalawang Mukha Ng Pasko

Palamuti'y kumikislap, nag-umapaw ang liwanag,
Simbolo ng kapaskuhan taon-taon ginagayak,
Masasabing pinagpala, sa biyayang nalalasap,
Ang tahanan na marangya, palasyo na matatawag.

Mga supling ay hinubog sa makataong prinsipyo,
Matulungin, kumatok ka, sa "opo" ay sigurado,
Kung kaya nga't ang biyaya, lubos-lubos ang
    natamo,
Sa lupa ay nakaapak, kaybuti ng pagkatao.

Bawat butil namang yaman, ay pinitas sa mabuti,
Hindi uso ang "Juan Tamad" sa higaan nakaposte,
Palakihin yaong tiyan, kain-tulog ang imahe,
Kung pikit ang mga mata! Pa'no lalapit ang swerte.

Mga katagang "kaysarap" lamang ang
    napakikinggan,
Pagkat hindi pasan ang krus, sa bayan na
    kinalakhan,
Upang sana tuwing Pasko, hindi hungkag ang
    isipan,
Pagkat Pasko'y araw-araw, hindi isang beses
    lamang.

Ang simbolo nitong Pasko'y tuwina ay masisilip,

Kung bubuksan yaong pusong sa pag-ibig pumipintig,
Sila na may kusang loob: pagdamay ay igigiit
Ginagawang may kalakip, na sa kap'wa'y may pag-ibig.

Subalit kung kapos-palad paano ba itong Pasko,
Nagtitiis sa marumi, nakahiga sa semento,
Araw-araw sakto lamang mas madalas sakripisyo,
Kumakalam na sikmura, tubig: tanging pang-abswelto.

Maswerte na makatikim, kumain ng tatlong beses,
At kung may pang-apat naman, bukas na lang 'di pa panis,
Pagsisikap nama'y sadyang kapilas na ang magtiis,
Madaling araw pa lamang sa basura'y kumakapit.

Sadya nga bang sa daigdig, nahahati sa dalawa,
Gayong parehong may puso, bakit mayro'ng nagdurusa,
Nagbabanat din ng buto, kasipagan kulang pa ba?
At sa pagsapit ng Pasko, dal'wang mukha'y magka-iba.

Paskong Wala Ka

Malamig na hangin ang sa'kin lumukob,
Sa pagkatao kong nilamon ng lungkot,
Magpahanggang ngayon hindi malilimot,
Kung bakit ang Pasko'y mayroong himutok.

Himutok at bakit agad na lumisan,
Wala sa hinagap hindi nagpaalam,
Kung kaya't ang puso'y labis mong sinaktan
Bago pa sumapit itong kapaskuhan.

Kapaskuhan pa ba'y dapat isa-isip,
Na gawing masaya't makulay-daigdig,
Kung sa aking dibdib, laging nananaig,
Na ikaw ay wala sa Paskong sasapit.

Sasapit na naman at muling lilipas,
Upang gunitain sa araw ng bukas,
Sapagkat ang Pasko'y pag-ibig na wagas,
Ang masasalamin, hindi magwawakas.

Magwawakas! Hindi! Sa puso't isipan
May butihing Hesus doon sa sabsaban,
Lahat nagsasaya upang ipagdiwang
Ang naging bahagi nitong kasaysayan.

Kasaysayan sana, magbibigay saya,

At hindi gunita ng ibayong dusa,
Na hindi matanggap sa'king alala,
Na ikaw wala na,'di na makikita.

Makikita pa ba? At maibabalik,
Kahit anong gawin ay hindi masilip,
Ang isang tulad mong wala ng kawangis,
Sa pagmamahal mong ako'y nananabik.

Nananabik sinta sa sumpa't pangako,
Na walang iwanan, at hindi susuko,
Ngunit itong mundo, sadyang mapaglaro,
Paskong wala ka na, luha'y tumutulo.

Pinakamahalagang Regalo

Abang puso'y may kirot damhin at umaantak
Sa kahapong bangungot na dibdib winawasak,
Natipong mga poot at hapdi'y sumusugat,
Tinalunton ang rurok, landasin napahamak.

Damdaming katunggali, sa nanariwang latay
Panalangin masidhi ang patawad ibigay,
Inalipin ng budhi, paghusga ay binuhay,
Dalamhating kinimkim sa pag-asang namatay.

Panahon na kaytagal, na muling bumabalik
Tanong na hanggang kaylan, pilit iwinawaglit
Dagundong naramdaman nagdilim itong langit
Nilason kaisipan, pananalig-naidlip.

Hangga't mayroong ikaw, sa Pasko'y dumarating,
Kalayaan ang sigaw, pagkakataon dinggin,
Patawad ang ipataw, sa kasalanang angkin,
Ang tuwa'y umaapaw, katahimika'y kamtin.

Isinilang sa lupa, magdulot ng liwanag,
Magbigay ng pag-asa, sa kumatok magbukas,
Pagpapala'y madama na may ibayong lakas,
Pagsabay sa'yong yapak, malaon na pagliyag.

Ngayon nga'y dumadampi, ang Pasko'y bumubulong,
Panginoong may-ari, hiram kong buhay ngayon,
Regalong minimithi, pagdaan ng okasyon,
Patawad at Pag-ibig sa puso ang bumalong.

Mga Tulâ ni Konsepto

Ang Dati Kong Pasko

Sa tuwing sasapit ang araw ng Pasko
Masayang pamilya at mga katoto
Ang mahal sa buhay ay walang siphayo
At pawang pag-ibig ang yaring dumapyo.

Wala ang panganib at mga silakbo,
Ang laging nanaig ay tama na dako,
Ang pintig ng puso'y ligayang totoo,
Ang mga adhika ay pawang natanto.

Ang simoy ng hangin may himig at kalma,
Ang taglay na lamig ay sadyang nadama,
Wala ang pag-usig sa bawat pamilya,
Ang tanging yumapos lambing at pagsinta.

Ang bawat aliw-iw may kumpas at sigla,
Ang bahid ng gabi may kislap at akma,
Bungad ng umaga - taglay ay sariwa,
Tila nga ang lahat ay pawang payapa.

Ngunit ang mga 'yan nagbagong mungkahi,
Nagbago ang lahat at naging 'sang sawi,
Mula ng lisanin - bayan kong tinangi,
Naubos ang galak pati na ang wagi.

Ang dati kong Pasko ngayon ay nangiwi,

Mag-isa na lamang at walang kawangki,
Ang lahat ng timyas may luha at hapdi
Masakit sa dibdib may hapis na dampi.

Sálab Na Pasko'y Aandap-Andap

Muli't muli'y ilalagak dekorasyon at panggayak,
Ngunit puso'y sadyang palpak yaring hapdi't dusa'y sadlak,
Taon-taong tila layak mga mahal ay 'di tiyak,
Sa pagbati'y pawang lusak dahil noon ay lagapak.

Butil-butil itong pawis labi'y darang sadyang panis,
Dahil lahat tinitiis Pasko nila'y h'wag magmintis,
Ang sikmura'ng lama'y tubig, pagtitipid 'yan ang nais,
Basta't suplíng may bungisngis, ligaya ko't sigla'y labis.

Ngayong Pasko'y makauwi ang sorpresa aking gawì,
Mayakap ang mga mahal ay handog ko at kandili,
Ngunit bakit kapalaran kamalasan ay humabi
Ang disgrasya ay sinapit laging sawi ang kawangki.

Kung sakaling sa pagbalik ako kaya'y makilala,
Baka naman 'pagtabuyan ng sarili kong pamilya,
Huwag sana na mangyari dahil puso'y magdurusa,
Magsisikip yaring dibdib kung sadyang inabandona.

Kaya kayong nagmamahal ang paglayo'y pag-isipan,

Sakripisyo'y maranasan ang okasyo'y malimutan,
Bawat búkas kalungkutan pag-iisa ay kapisan,
Tanging taglay kat'yagaan ng maghapon ay
    maibsan.

Araw-araw walang giliw Pasko rito ay madilim,
Kalayaa'y tila baliw kapalara'y pawang sakim,
Hiling ko lang at dalangin pamilya ko'y wala'ng
    lagim,
Gabay lagi ay may sáliw kagalaka'y masisimsim.

Sinaktan Mo Ang Pasko Ko

Dama na ang lamig sa gitna ng pusikit
Ang simoy ng hangin sa bisig - sumingit,
Buwan ng Disyembre ay muling sasapit,
Ngunit ang puso ay may hapis at pait.

Ang ibang pamilya sabik sa tangkilik,
Mga palamuti sa mata ay hitik,
Pawang kagalakan at mga hagikgik,
Ngunit ang puso ay taghoy ang tumirik.

Ang bawat gabi ay may kislap na bahig,
Sa tuwing umaga'y banayad ang dilig,
Ang ganda't anag-ag ang dulot ay kilig,
Ngunit ang puso ay nahimlay sa banig.

Sa Paskong darating sana'y makapiling,
Ang bawat sandali ay puno ng lambing,
Nawa ang ligaya ay sadyang dumating
Ngunit ang puso ay luoy ang humaling.

Iring salo-salo sa hapag hinain,
Ay taglay ang sarap sa mga damdamin,
Handog na biyaya'y lasap ang hangarin,
Ngunit ang puso ay lugmok na sa bangin.

Ang araw ni Hesus ay walang ngang dag-im,

Pawang pagmamahal ang Kan'yang patikim,
Nawa'y pagdarasal ay laging taimtim
Ngunit ang puso ko ang Pasko'y may lagim.

Kahit Hindi Pasko

Kahit hindi Pasko ika'y alaala,
Sa gabing malamig ikaw ang lathala,
Pagmulat ng mata ikaw ang simula,
Ikaw aking buhay - hanggang sa mawala.

Tanging larawan mo katabi sa kama
Kahit hindi Pasko sa lirip kasama,
Lagi ka sa puso mali man o tama,
Ako'y lakas-tama 'di naman masama.

Kawangis mo'y droga adik sa'yo sinta,
Ang samyo mong taglay Disyembre'y nakita,
Kahit hindi Pasko ika'y dinidikta,
Ano bang meron ka mahal kong tsinita.

Kahit tawid-dagat ang ating distans'ya,
Ang komuniskasyon - nagpapaligaya,
Kung masilayan na damdami'y masaya,
Kahit hindi Pasko ikaw ay biyaya.

Kahit hindi Pasko ika'y mahalaga,
Kahit nanginginig sa'yo'y nagbabaga,
Sa'king mga bisig ikaw ay alaga,
Ikaw ang pangarap ikaw lang talaga!

Ngalan mo'y inukit sa dibdib inuka,

Kahit hindi Pasko lagi ang patuka,
Pag-ibig – 'hihiyaw at iya'y palangka,
Kamatayan nati'y lingkis ang bituka.

Hanggang ibang mundo ay isasagawa,
Ang ibang nilalang walang magagawa,
Kahit hindi Pasko ay 'di ka kawawa,
Ika'y mamahalin at 'di magsasawa.

At kung dumating man na magmukhang tanga,
'Taga mo sa bato tunay kong kalinga,
Hindi ka iiwan gabay ay paghanga,
Kahit hindi Pasko sa'yo ang hininga!

Sentimiyento Sa Pasko

Sa tuwing sasapit itong kapaskuhan
   luha'y umaayon,
Yaring alinsunod sa dampi ng alon
   siil na yumaon,
Mga paruparóng saksi sa pagliyag
   ng ating kahapon,
Ang luoy na bagwis ay pawang sumabay
   sa dusa ng ngayon.

Tila lumang maong lipas na at kupas
   ang sugat ng noon,
Parang sirang plaka na pabalik-balik
   itong sirkulasyon,
Pagtulog at mulat niring mga mata'y
   dungis ng debosyon,
Ang samyo't kariktan na pagmamahala'y
   pawang níngas-kúgon,

Naging tagulamin ang Pasko ay dag-im
   naglahong mithiin,
Ang dating malambing nagsilbing asero't
   lumason sa hangin,
May pusok na't talim poot ay kinimkim
   nawala ang hardin,
Dumatal ay lagim tanikala't subyang
   sadyang umalipin.

Sana'y takip-silim huwag ng dumating

at 'di na sapitin,
Ang mga panaghoy at ang salagimsím
   na lumalambitin,
Mga salanggapang na sumasalamin,
   humayong hangarin,
Pagsuyo't aliw-iw gunita na lamang
   sa puso't damdamin.

Sa Paskong darating ang tangi kong hiling
   ay kapayapaan,
Sa mundong nagisnan taglay itong tangis
   at ang karukhaan,
Na sana'y malasap ang suwerte't sarap
   sa kasalukuyan,
Makatikim man lang ng konting bungisngis
   at ng kagalakan.

Samo ko't dalangin kay Hesus kong mahal
   ay ang kalayaan,
Kalayaa'y hagkan ang puso kong uhaw
   nawa'y madiligan,
Maging matiwasay akin ng mahagap
   delubyo'y lumisan,
Sakaling pumanaw Pasko'y may kutitap
   pawang nasumpungan.

Mga Tulâ ni Tonn Villeza
Marco I

Pasko

Pagsapit ng bawat Pasko ang gunita ay si Kristo
Sambayanan nagdiriwang nangagsasaya ng husto;
Bawat bata at matanda nagagalak yaring puso
Kagyat munang nalilimot ang problema at siphayo.

Ang diwa ng kapaskuhan maghahari'y kabutihan
Pag-iimbot ng sinuman pawiin ng kagalakan;
Pag-ibig din magbubuklod sa nasok ng kasalanan
Lalakbayin paraiso at doon na mananahan.

Sa dagok ng kapalaran hámon itong natatangi
Matatag na kalooban nagbabadya ang kandili;
Mga awit ng pamasko lungkot mo ay pinapawi
Kalulugdan ng balana at pamana nitong lahi.

Kapanalig si Bathala bawat unos nitong buhay
Palagiang mapanatag ang sarili ay ialay;
Walang iba na tutulong tanging dasal ang karamay
Sa landasing bakû-bako Siyang ating kaagapay.

O, butihin Niyang supling kasalanan ay hinamak
Puspusin Mo nitong awa ang bayang dugo'y dadanak;
Haplusin Mo tanang taong ang turing Mo'y isang anak
At pagsapit nitong Pasko mamumuhay kaming payak.

Pasko Ng Bawat Matatanda

Unti-unting tumitiklop bunganga ng takip-silim
Sa ulyaning alaala nagkukubli ang panimdim;
Binabagtas ang tagpuang tanging silbi yaring lagim
Ang Pasko ng matatanda'y mga sulô bawat dilim.

Aakaying walang mintis pag-aruga'y igagawad
Kasalanan na nagawa sambit-sambit ang patawad;
Kung sasapit itong Pasko magtitipon laging hangad
At miyembro ng pamilya sa tungkulin ay tutupad.

Apo't anak ay maglaan ng pag-ibig at kalinga
Kahit hindi pa sasapit ang Pasko ng matatanda;
Lagi't laging bukang-bibig magmahalan sa tuwina
Sa pagpikit nitong mata ay hindi na magluluksa.

Bawat ngiti na sisilay sa nipis ng mga labi
Umuusal ng pag-ibig walang hanggang pagkandili;
Ilalaan niyang buhay sa pamilya'y natatangi
Ang nagawang sakripisyo walang dusang pagsisisi.

Ang buhay ng matatanda may mabilis at matagal
Walang tumbas na salapi tinataglay nilang dangal;
Hindi ginto ang sukatan kung ang tao ay marangal
Walang langit na kakamtin kung hindi ka
　　magdadasal.

Pamantayang matatanda na nilumot ng panahon
Natitirang kabanata may aral ang bawat misyon;
Paglimian ng sinuman ang mensahe't sakâ leksyon
Magsisilbing inspirasyon nitong bagong henerasyon.

Pasko Ng Mga Bata

Yaring kamusmusan bawat kabataan
Ang ngiti sa labi'y isang kagalakan
Diwa nitong Pasko ay pagbibigayan
Kalakip tuwina sa pagmamahalan.

Mumunting regalo na bukal sa puso
Isang kayamanang higit pa sa ginto;
Mga kabataang mayroong siphayo
Agad naiibsan ang kaway ng tukso.

Habang yumayabong ang mahal na anak
Palaging ibilin ang buhay na payak;
Kagandahang asal kung dito'y masadlak
Pundasyon ng batang mithii'y palasak.

Pasko nitong bata kahit na nga simple
Hindi kailangan rangyang koloréte;
Sila'y hikayating huwag mag-inarte
Hutukin na agad ugaling buwetre.

Sila ay busugin sa mga pangaral
Kahit sila'y bata dapat na mag-aral:
Taglayin tuwina ang mabuting asal
Habang lumalaki ay walang sagabal.

Mapalad ang batang may takot sa Diyos

Busilak na puso ay taglay na puspos;
Magiging ehemplong marangal na lubos
Pagsasalin-lahi'y dangal ang tutubos.

Hindi Delubyo Ang Pasko

Tao'y may problema habang nabubuhay
Normal lamang ito na isang patunay;
Ang tatag ng dibdib laging kaagapay
Nang maging maalwan yaring pamumuhay.

Mga karamdaman nitong bawat tao
Kahit mismong Pasko pilit na dadapo;
Huwag mabahala huwag na susuko
Halaga ng buhay dapat isapuso.

Larang ng pag-ibig may saya't ligalig
Tagpong nagaganap tukso'y kapanalig;
Dito nasusukat kunsensya'y uusig
Diyos na dakila sa Kan'ya manalig.

Panig ng pamilya may lungkot at saya
Alitang madalas hindi masawata;
Minsan ang hanggahan hiwalay na bigla
Hindi alintana ang anak na mutya.

Maging positibo sa bawat sandali
Hindi kailangang tao'y magkunwari;
Maging makatao ang hatid na ngiti
Kahit hindi Pasko aginaldo'y dagli.

Kung tayo ay salat higit na magsikap

Malaki't maliit taglay na pangarap;
Sa pag-aatikha'y tagumpay ang lingap
Mismong kapamilya ang tanging yayakap.

Hiwaga Ng Pasko

Unang araw palang buwan ng Disyembre
Ang bawat tahanan may rangya at simple;
Sa araw ng Pasko lahat ay kampante
May biyayang kaloob taong madiskarte.

Lahat nagtitipon at nangagsasaya
Harap ng lamesa sagana sa handa;
Nagsasalo-salo yaring tanang madla
Sa magarang masyon at payak na dampa.

Hiwaga ng Pasko dapat makatao
Salat man sa luho busilak ang puso;
Tapat sa serbisyo sa lahat ng dako
Magiging idolong mayroong prinsipyo.

Pagsilang ni Kristo biyaya ang basbas
Naging kasalanan ay walang katumbas;
Tinubos ang tanan na nagsilbing lakas
Nang tayo'y maligtas sa tukso ng dahas.

Buwis Niyang buhay na mapagkandili
Di mapapantayan ordinaryong hari;
Kahit ilang Pasko dumating palagi
Si Kristo'y iisa namumukod tangi.

Materyal na bagay wala itong saysay

Kung mismong si Kristo ang hindi gagabay:
Siya ang pag-ibig sa uniberso'y bantay
Laging papawiin nagbabadyang lumbay.

Mga Tulâ ni Josephine Deles Prudenciado

Ang Pasko'y Parating

Parol sa paligid ay nakagagalak
Christmas lights madalas kumikislap-kislap
Tanglaw sa magdamag masda'y nanggaganyak
Ating ipagdiwang pagsilang ng Anak!

Ang hihip ng hanging lamig humahaplos
Sa damit na suot sadyang lumalagos;
Nadarama'y simoy puso'y pinupuspos,
Kaysarap yakapin presensya ni Hesus!

Pinalamutian ang munting *Christmas tree*
Naro'n sa ilalim regalong marami,
Pamilya'y nagtipon na magkakatabi;
Nagba-*bonding* man din pagsapit ng gabi.

Mayro'ng mga bata na nangangaroling
Baryang mai-abot kaysaya sa *feeling*,
Lalo't maririnig "salamat po ateng"
Yan ang diwang hatid ng Paskong darating.

Ang pagbibigayan dapat mapanaig
Ang himig ng Pasko'y kaysarap marinig,
Búhay man ay payak dito sa daigdig,
Laging magmahala't sa Diyos manalig

Sa mga tahanan may simple't magarbo;

Pagka *Noche Buena'y* bihis nang pamasko,
Sa handang putahe'y magsa-sálo-sálo
Pasasalamatan biyayang natamo.

Muling Sasapit Ang Pasko

Ang hirap ng buhay, 'di na gaya dati,
Noon ay payapa't isip ay mabuti.
Ang mga produkto'y murang mabibili,
Paligid maaya't bawal ang marumi.

Kabataan dati'y palaging masaya,
Malinis ang hanging langhap ng balana,
Samantalang ngayong may salot na droga,
Sakit sa lipunan, problema'y sagana.

Daigdig nagbihis, gumulo ang ritmo,
Panaho'y lumipas ang lahat nagbago;
Bundok ay pinudpod, gubat ay kinalbo,
Ang mga pagbaha'y malaking perwisyo!

At nang umatake itong Covid-19,
Kahindik-hindik nga't karima-rimarim,
Milyon-milyong buhay pagdaka'y nalibing;
Ang pami-pamilya'y dumanas ng lagim!

Pagguho ng lupa ay sala ng tao,
Paghukay ng ginto'y bumago sa ritmo
Nasira'ng sistema at galaw ng mundo,
Kelan pa gigising nang tayo'y matuto?

Hindi ba't kaysayang sasapit ang Pasko

May tuwa sa puso nitong bawat tao,
Kristong manunubos muling paparito,
Ang pagbibigayan magharing totoo!

Pasko'y Panahon Ng Pagpapatawad

Ang bawat nilalang sa mundo'y isilang,
ay may kaakibat problemang daratal,
at sasagupain ang hamon ng buhay;
karanasa'y gabay upang magtumibay.

Tuloy sa pag-ikot, makina ng oras;
Sa unang pag-iyak luha ay aagas,
hindi mapigilan ang guhit ng palad,
sa tabi'y naroon kerubing alagad.

Hindi alintana ng inang nagluwal
hirap na dinanas "salamat" ang usal,
malusog na sanggol dugo niya't laman;
biyayang kaloob ng Poong Maykapal.

Mayroong panahon na tayo'y maglaro
Panahong umibig at minsang mabigo;
Panahong matuto at muling tumayo-
Upang magpatuloy bawal ang sumuko.

Panahon na naman ng 'sang paalala,
Pasko ay sasapit saya'y nadarama;
ang magkakagalit nagbatian sila,
ang kapatawara'y ginhawa paghinga.

Hindi ba't kaybuti ng Amang naghandog,
bugtong Niyang Anak nang tayo'y matubos,
sa salang minana ang dugo'y nabuhos,
Pasko'y paalalang mahal 'ta ng Diyos!

Hay Naku...Pasko!

Mga kababayan 'di pa naka move-on
dahil kalamidad parito't paroon,
Sakunang inabot 'di pa nakaahon
daming iniwanang sa hukay nabaon.

Ngumiti ang araw sinag ay sumilip,
ginintuang prisma'y pag-asa ang hatid,
Awitan ng ibon sa paligid-ligid,
masisiglang himig kaysayang marinig.

Mga punongkahoy sumasayaw-sayaw
sa hanging amihang búhat sa silangan,
Tila nakadipang bagyo ma'y nagdaan
nakatindig pa rin nang sila'y nilisan.

Itong Paskong Pinoy laging mabiyaya
Namamasko silang munting mga bata;
kahit sobrang gipit dito sa'ting bansa,
nagsusubing pilit nang makapaghanda.

Minsanang magawi doon sa mga *malls*
magagarang *display* mga *Christmas decors,*
Kasaliw tugtuging panay *Christmas carols*
parang hinehele't diwa'y inuugoy.

Saglit sa palengke'y bumili ng manok

at bumili na rin sandosenang itlog;
Grabe ang sibuyas kapresyo na ng *pork*,
nahilo na tuloy bilihi'y kaka-*stroke!*

Pasko Ay Pag-Ibig

Sa tuwing sasapit buwan ng Disyembre,
Kakaibang sayá ramdam sa sarili;
Presensya ng Pasko ay nadedeskubrí,
Pag-ibig ni Hesus ang namumutawi.

Nung munti pang bata kami'y sumasamba
Luhod sa kapilya nang magkakasama;
Suot bagong damit tinahi ni ina,
Tahimik, masaya ang buong pamilya.

Laruang pambata murang mabibili
Hindi magkamayaw yaong namimili
Mahikang eksena na nakawiwili
Mga pangregalo'y daming mapipili.

Musmos na kapatid kuk'wentuhan sila
Na merong regalong papasko si Santa
Sa batang mabait, masunurin t'wina
May sulat sa medyas *wish* namin kay Santa.

Panaho'y lumipas nagbago'y marami
Cellphone na ang uso't dito'y wiling-wili,
Kahit pa nga lahat ay magkakatabi,
Isip ay abala't naroon sa FB (Facebook).

Sa hirap ng buhay ay wala ng mura

Dahil ang bilihin ginto ang halaga;
Maghapong trabaho'y kapos ang kinita!
Pa'nong pagkasyahin salaping panggasta?

Mga Tulâ ni Dalmacio Realino Alentejo

Paskong Nangungulila

Suot ang magarang bestidang regalo mo ina,
sa leeg nama'y nakasabit ang k'wintas na ubod ng ganda.
At sa hapag-kainan pagkain at inumin ay sagana,
ngunit hindi mapawi ang pangungulila 'pagkat wala ka.

Nakatingala sa langit binibilang ang mga bituin,
iniuusal ang munting hiling sa lihim na dalangin.
Kahit yakap mo lamang sana ina ay sapat na sa akin,
sa kandungan mo ay nais ko lamang maglambing.

Sa suot kong damit ay nanunuot ang lamig,
hinahanap-hanap ko ang init ng iyong bisig.
Ang kanlungan ng paslit kung may takot sa dibdib,
ang pahingahan ng pagal na katawan sa ligalig.

Nagkikislapan ang mga *Christmas light* na makulay,
subalit hindi mapawi ang nadaramang lumbay.
Ang hatid ng awitin ay panglaw sa puso'y namahay,
Kinaiinipan ang sandali, ikot ng orasan ay bakit kayhinay?

Ang puso ko may balot ng lungkot,
tulang handog ko'y nakasulat sa papel na binilot.

Sa sulok man ng karimlan ako'y nagmumukmok,
pagmamamahal ko sa iyo ina ay aking ipaaabot.

Sa piling mo ina ako'y sadyang nasasabik,
pinakahihintay ang araw nang iyong pagbabalik.
Ang masayang sandaling aking iuukit,
sa pahina ng librong pag-ibig ng ina'y walang
　papalit.

Kailan Kaya?

Kailan kaya muling mananabik sa pagtapak ng Disyembre?
Puso'y tila nakatali pa at nakalubid sa alambre.
Hindi makaabante sa buwan ng katatakutan, kung kailan mo ako iniwan,
Kung kailan mo ako dinurog nang naging handa kang ako'y bitawan.

Kailan kaya muling magpipinta ng ngiti paakyat sa aking pisngi?
Nakalimutan na kung paano simula no'ng lumayo ang tinatangi.
Binabalot na ng takot ang buwan ng pagpapatawad
Sapagkat kahit ilang taon pa ang lumipas, mahirap itong igawad.

Kailan kaya muling masisilayan ang pusong buo't hindi biyak?
Nais ko rin namang sanang magdiwang ng saya nang hindi umiiyak.
Ngunit sa tuwing parol ay sisindihan, pagbabalik mo ang aking hiling
At sa bawat taóng lumilipas ay para akong nililibing.

Kailan kaya muling matatamasa pag-asang matatanaw?

Mayroon kayang liwanag na sa galak ko'y makapagpupukaw?
Kung lamig ng gabi ang bumalot sa puso kong nagtatangis,
Mayroon pa kayang diwa ng Pasko sa aking wangis?

Kailan kaya matatagpuan ang paghilom na nakatago?
Hindi makitil ang paninimdim, lalo lang itong lumalago.
Kaya sa tuwing may makikitang masaya at kumpletong pamilya,
Tanong ko sa aking sarili, ako naman, kailan kaya?

Ngunit sa darating na Pasko, susubukan ko nang kumawala,
kailangan ko nang gumising at tanggapin ang iyong pagkawala.
Dumaan man ang pandemya, kinitil ka man nito, ako'y wala nang magagawa.
Susubukan ko na lang tumayo at mabuhay, kahit ika'y wala.

Diwa Ng Paskuwa

Paligid ay maliwanag, nagkalat ang magagandang himig,
yakap ng nagmamahalan ang siyang panlaban sa lamig.
Puso ma'y sawi, sa galak ng iba ikaw ay madadala,
lungkot mo ay matatabunan ng saya nang hindi mo inaakala.

Nagkikislapang mga parol, sagisag nito'y pag-asa,
mga batang nagtatawanan, binabati ang isa't isa.
Sa gulong ng buhay ma'y pumailalim, ngayon ay muling babangon,
kahit na sa sakit ng nagdaang unos man ay tila palingon-lingon.

At kung iyong pagmamasdan, lahat ay mayroong kuwento,
kung paano bumagsak at bumangon, umabot sa ganito.
Dumaan sa maraming pagsubok ngunit sumugal at natuto,
dahil sa Paskong ipinagdiriwang, pagmamahal ang diwa nito.
Pagbubukas ng mga regalo, hatid ay pananabik,
pinto ng bawat pamilya'y bukas sa miyembrong magbabalik.

Ilaw ay nakasindi, kingki, mitsa o kahit ano man ang klasipikasyon,
dahil ang Pasko'y para sa lahat, ano man ang iyong sitwasyon.

Kaya kung hindi mo pa damá ang Pasko, matuto kang magmahal,
sapagkat ang diwa nito ay nasa pusong umiibig kahit pagal.
Matuto kang magpatawad, tumanggap ng kasawian
at nang sa pagsindi ng parol, ika'y hindi maiiwan.

Magbago man ang panahon, diwa nito ay mananatili,
panahon ng pagbibigayan, pagbabalik at pagkandili.
Dam'hin ang tunay nitong hiwaga, dam'hin ang himig ng Pasko,
sapagkat ang pagkamatay ni Kristo ay para sa akin at sa'yo.

Pasko Ay Pag-Asa

Bitbitin ang mga pangarap sa bagong taon,
   limutin ang pait nang nagdaang kahapon.
   Langgasin ang sugat hayaang maghilom,
   mahahawi rin ang tumatabong dagtum.

Mga talang kumikinang nagbubunyi sa kalangitan,
   sumasabay ang mga ibong nag-aawitan.
   Ang lahat ay nagalak at nagdiwang,
   nang si Kristo ay dumating at isilang.

May mga batang nangangaroling,
   simbang gabi'y nagsisimula na rin,
   Malamig na ang simoy ng hangin,
   ang Pasko, ang Pasko ay darating.

Paskong pinoy ay sadyang kaysaya,
   salat man ang hapag ngiti ay makikita.
   Himig ng mga awitin sigla ang dala,
   pagmamahal ang nangingibaw at nadarama.

Ang tunay na diwa ay nasa puso ng isa't isa,
   wala sa dami ng handang pagkain sa mesa.
   Pagbibigayan at pagpapatawad,
   pagtulong sa kapwa at pagkakaisa.

Kaya halina't damhin ang ligaya,

sumayaw, umindak at kumanta.
Tayo man ay sinalanta ng pandemya,
ang pagsilang ni Kristo ay may hatid na pag-asa.

Paskong Wala Ka

May bakas ng lumbay at luha sa mga mata,
ang lamig ng hangin nagpapatindi sa lamig ng
 pag-iisa.
May pighating namamahay at nadarama,
sapagkat giliw iniwan mo ako't lumisan ka.

Tinatahak ang landas na dati'y ating dal'wa,
kapit-kamay masayang magkasama.
Ngunit sa isang iglap bakit ako ngayo'y nag-iisa,
kaulayaw ang hapdi sa iniwang alaala.

Mga regalo at bagong damit, iyon ay hindi ko
 hinihiling,
nais ko lamang ay muli kang mayakap at
 makapiling.
Panghahawakan ang sabi mong ika'y
 magbabalik,
kasiphayuan man ang siyang sa puso ko'y
 humalik.

Aanhin ang mesang puno kung puso ko'y tila
 walang laman,
nais ko sana ang iyong presensiya ngunit paano
 mo malalaman?
Saglit na saya ang handog ng bagay na materyal

at alam kong ikaw ay wala mistulang nakatarak
na punyal.

Hindi ko rin alam kung bakit dama ko ang
lungkot,
sa tuwing Pasko ang sasapit, lamig ang siyang
bumabalot.
Mapait ang lasa ng Pasko sa bawat selebrasyong
ika'y wala
ngunit palagi kong pinipiling matulog na lang
kaysa magwala.

Kaya kung ngayon ako'y tatanungin kung ano
ang inaasam,
hindi ko na sasabihin, hindi ko na ipapaalam.
Sapagkat kung gusto ninyong malaman kung
ano ang gusto ko,
sagot ko'y ikaw, ikaw na lang sana sa Pasko.

Mga Tulâ ni April Gallego Guillano

Lakbáy

Landas na mabato't lubak-lubak
Nang mga paa'y tinahak,
Mga mata'y binubulag ng karimlan
Nanghihinang mga tuhod sa kawalan,
Gabíng tila walang pamimítak na aabangan;

Di man lang tumingala sa kaitaasan
Isang bituin sa tahimik na kalangitan,
Liwanag niya'y may dalang karingalan,
Sa daan siya'y nagsilbing ilaw
Sa kabila ng gabing binalot ng panglaw;

Humahangos sa bawat paghakbang
Nabibingi sa tunog ng hingal,
Kung kaya ang ihip ng hangin
Na bumulong ng awit ng mga anghel
'Di man lang makatawag pansin;

Kalamna'y sa pagod nangangatog
Sa bawat dapå nasusugatang mga tuhod;
Salat sa tubig na lalamunan
Paningin nilalaruan ng kadiliman,
Naghihingalo ang karampot na kamalayan;

Subalit nasilayan sa tabing daánan
Mga tupa at ilang kalalakihan,

Sa tila dampa'y nagsiluhuran;
Kayâ napalapit, napatigil
At sa gitna'y napatingin...

May isang sanggol sa abang sabsaban
Anyong gumaganyak upang siya'y lapitan;
Mapupulang labi ay may hatid na ngiti
At sa mga matang kumikislap tila namutawi,
"Halika't magpahinga sa aking tabí."

Kampanà

Pagod na katawa'y nilapag sa higaan
Bugbog ang buto't buong kalamnan,
Sa maghapong kayod kalabaw
At pagbilad sa ilalim ng haring araw,
Nang bulsa'y magkaroon ng karampot na laman.

Sa gitna ng gabing malamig
At dumuduyang huni ng mga kuliglìg,
Katawa'y matiyagang binabaluktot
Nang magkasya sa gutay-gutay at maiksing kumot,
Sa higaang matigas at inangkin ng mga surot.

Sa tagpi-tagping bubong na yero napatingin,
Sumisilip ang nakangiting buwan at mga bituin;
Kumawala ng buntong hininga sabay panalangin,
Hanggang mga talukap ay pinikit, tuluyang
  nahimbing;
Bukas, nawa'y sa hapag may maihahain.

At tumilaok ang manok na tandang,
Sabay sa malakas na kalémbang
Nang batingáw sa lumang simbahan,
Tunog na umalingawgaw
Sa ulirat na nahimbíng siyang pumukaw;

'Bangon!' tila sigaw ng kampanà

Mula sa higaan, buksan ang bintanà!
Simbang gabi ang siyang paanyayà;
Panibagong kalakasan, pag-asa'y winawagaway
Sa parating na bukang-liwayway.

Pasko Ng Isang Maralita

Putól na punòngkáhoy, balat na tuyô't kulubot,
Mga sangang' wangis daliring nakapalibot,
Naiwan ng mga dahong sa lupa'y tumumpok;
Naganyak at pinulot sa barumbarong at kinupkop.

Laruang manyika, madungis na mukha,
Maliliit, butas-butas na mga bola,
Gutay-gutay at kupas na plastik na Poinsettia,
Kasama ng masangsang na basura; nilinis,
Ikinabit sa punòngkáhoy sa ibabaw ng mesa.

Ang inaabangang hating-gabi'y dumating
Sa harap ng dungawan naupo't sa langit tumingin;
Lupaypay ang mga balikat, ngunit may kislap ang paningin,
Bumulong sa talá na sa kadilima'y nagningning,
"Sana ang tuktok ng *Christmas tree* mayroong bituin,
At ang hapág merong pansit na ngayo'y makakain".

Wari'y sa butas ng tagpi-tagping bubong na yero,
Sinilip ng talá ang pinalamutiang punò,
Dalisay na liwanag ang dulot sa tuktok nito;
At sa pintua'y may Santa Claus na biglang kumatok,
Nang buksa'y may pansit ang iniwang supot,
"Naku po, may bonus pang hamón na nakabalot!"

Siyám Na Liwaywày

Unang araw
Tumilaok na ang manok na tandang,
Sa pagkakabaluktot bumangon sa higaan;
Nilakad tila bulag ang lubak-lubak na lansangan,
Tungong simbahan na kampana'y kumalémbang.

Ikalawang araw
Tamad na mga talukap sapilitang dinilat,
Naghilamos ng malamig, panggising sa ulirat,
Nang mga paa'y lumiksi at tuluyang lumakad,
Sa simbang gabi'y ibubulong ang pangarap.

Ikatlong araw
Simoy ng hangin sa pandama'y kaylamig,
Nanunuot hanggang buto, nakakanginig,
Kasing lamig ng Pasko pag hindi kapiling
Ang sinisintang nais maangkin.

Ika-apat na araw
Makukulay na parol sa mga poste't tahanan,
Namamasid na may ngiti patungong simbahan;
Magarang sapatos, *gadget* o *cellphone*
Listahang regalo sa tuwina'y binubulong.

Ika-limang araw
Nasulyapang magsing-irog sa loob ng simbahan,
Natanaw ang matamis na pagtitinginan,
'Singlagkit ng puto bumbong sa tabing lansangan,

Hiling na makamit rin sa lihim ang minamahal.

Ika-anim na araw
Sumindi ng kandila, dumalanging taimtim
Pusong nanabik, lingid ang paninimdim,
Sána'y sulyapan itong umiibig
O boses man lang nawa'y marinig.

Ika-pitong araw
Katawan sa kama'y saglit inunat,
Mga mata'y binuksan, habang humihikab;
Sa buwang nagpapaalam tumingalà,
Siyám na simbang gabi'y mabuo nawâ.

Ika-walong araw
Animo'y mga anghel ang korong nagkantahan,
Kasing himig ng nangangaroling na mga kabataan,
Tila pumupukaw sa tunay na damdamin,
Ano nga bang wagas at dapat ipanalangin?

Ika-siyám na araw
Belen sa dambana wari'y may kislap na dalisay,
Sina Jose't Maria'y naghihintay sa bawat liwayway;
Habang napasilip sa walang laman na sabsaban,
Ako pala'y naghihintay sa Mesiyas: Sanggol na Banal.

Pagdating ng hating gabi, sa araw ng Pasko....
Dalangin ko'y kabutihan at paghilom ng mundo,
Pag-ibig at kapayapaang pangkalahatan,
Bagaman ito'y gasgas na linya't pangkaraniwan;
Ngunit hindi pansarili ang tanging inaasam.

Pithayà

Sa bintana'y nakadungaw
Sa malayo ang tanaw;
Malamig na simoy ng hangin
Dumuduyan sa damdamin.

Mga kabatàa'y dumating
May dalang marakas at tamborin,
"Kami po'y mangangaroling"
Kahit sintunado umawit pa rin.

Makukulay na mga ilaw
Ang gayák sa mga puno't bakuran,
Wari'y ang kislap sumasayaw
Sa Paskong himig ng kamusmusan.

At sa langit ay napatingin
Sa gabing lumalalim,
Tíla nagharing mga bituin
Kalangita'y puno ng ningning.

Subalit mga mata'y uminit
Umulap ang paningin;
Naglalarong alaala't pananabik,
Sabay kirot sa damdamin.

Minsan pa'y napatingin sa bakuran,

Naghihintay sa tíla kawalan;
Kahit man lang anino'y masilayan
Ngayong gabi ng Kapaskuhan.

Datapuwat sa kakaabáng
Ang leeg ay nangawit,
Mga mata'y kusang pumikit,
Nahimbing sa de gulong na upuan.

At sa noong kulubot ang nanaig
May dumampi na mga bibig;
Biglang napadilat ang mga mata
Isang panaginip siyang akala.

Tumambad ang nakangising mukha
Nang dating maliit na bata,
"Nay, Maligayang Pasko!
Andito na po ako!"

Mga Tulâ ni Rhuena Baui

Saya Sa Hating-Gabi

Aking pinananabikan ang araw ng Pasko,
Dahil ito lamang ang gabing pamilya ko'y
  mabubuo.
Darating ang itay at aming makakasalo,
Sama-sama kami sa hapag na kakain ng aking
  paborito.

Nasa huling baitang ako ng mga hagdan
Mata'y nakatuon sa may dakong pintuan,
Ang pagpasok ni itay ay aking inaabangan,
Ninais kong hilahin maging ang mga kamay ng
  orasan.

Habang ang aking butihing ina ay abala sa kusina,
Kaydami niyang niluto hindi pangkaraniwan sa
  aming nakagawian,
May paboritong adobong manok ni itay maging
  ng kaldereta,
Mayroon din minatamis na biko, kasabihang
  pampalagkit ng samahan.

Bumilis ang pintig ng aking puso ng may imaheng
  papalapit sa aking kinauupuan,
Namilog ang aking mga mata at saka kuminang,
Ang linaw ng mga ngiti niyang sa aki'y
  isinalubong,

Habang hila-hila ang maletang punung-puno ng pasalubong.

Mahigpit na yakap ang tangi kong naitugon
Kasabay ang mga butil ng kristal na sa pisngi ko'y nag-uunahan ngayon,
Kaytagal na pangungulila ang tinitiis namin bawat taon,
Dahil sa ibang bansa nakikipagsapalaran si ama upang sa hirap kami ay maiahon.

Tumingala ako sa langit kahit may bigat na dala at nagpasalamat ako kay Bathala,
"Oh, Panginoon salamat! Masaya ako ngayong *Noche Buena*",
Ligayang hindi matutumbasan ng anumang halaga,
Iyon ay ang pagkakabuklod muli ng aking pamilya.

Kutitap Ng Gasera

Manghang-mangha ang aking mga mata,
Sa aking mga nakikitang kumikinang na bombilya,
Ang taglay nitong kulay ay iba-iba,
At may kaiga-igayang musika.

May punong sa itaas nito'y may nag-iisang tala,
Sa palibot nito'y may nagagandahang dekorasyon,
Habang sa may ilalim may mga regalong
   nakaribon,
Na kabilang ang bawat miyembro ng pamilya.

Ito ang mga bagay na bumubusog sa akin ng pag-
   asa,
Dahil wala kami nito sa aming bahay ni inay,
Dahil maya-maya lamang pagkatapos ko ditong
   maghanap-buhay,
Uuwi na ako't aasikasuhin naman ang aking inang
   paralisa.

Ang kanina'y maliwanag na kapaligiran
Ang binabagtas kong daan ngayo'y kadiliman,
Sa may liblib na kagubatan ang aming tahanan,
Dumadayo lamang ako sa bayan upang gamot ni
   inay matustusan.

Pagbukas ko ng aming pintuan,

Kutitap ng gasera ang aking nasumpungan,
Katabi nito'y ang mahal kong ina na sa aki'y naghihintay,
Sabik ko siyang niyakap at humalik sa kaniyang kamay.

Ang aming buhay sa araw-araw ay nasa ganoong tagpo,
Subali't ang pag-asa sa aki'y hindi nagugupo,
Kapara ng nag-iisang tala na aking tinitingala,
Ang pag-ibig ko sa aking ina ay Diyos na ang magpapala.

Regalong Nais Sa Pasko

Kung bibilangin yaring yapak
Nitong mga paa sa daang bitak-bitak,
Itong init at inip ng pananabik,
Sa utak ay sumusiksik.

Ang nais kong regalo ngayong Pasko
Ay hindi naman ganoon kagarbo,
Katulad ng mga nakikita't napapanood ko,
Mga pamilyang sama-samang namamasyal at may
    mamahaling pangregalo.

Naisin ko man ang ganoong mga bagay,
Ito'y hindi makakayanan ng aming itay,
Ang sahod niyang kakarampot ay sapat lamang sa
    gastusin sa bahay,
At pantawid-gutom ng aming pamilya sa araw-
    araw.

Kung kaya't ang nais ko lamang nawang regalo,
Ay isang simpleng pang-alis ni itay na bagong
    polo,
Halos punit na lahat ng kaniyang mga isinusuot na
    baro,
Mayroong sulsi na rin ni inay ang ilan sa mga ito.

Nakagawian naming tuwing araw ng Pasko kami'y
 nagsisimba,
Sama-sama kaming nananalanging buong pamilya,
Pagkauwi ng bahay wala rin kaming marangyang
 handa,
Sapat nang pinagsasaluhan namin ang kanin at
 mainit na sabaw ng ulam na tinola.

Nais ko lamang may maisuot sanang bagong polo
 ang aming haligi ng tahanan,
Nais ko nawang makita siyang magsimbang–
 kasuota'y hindi sinulsihan,
Na katulad ng aking mga nakikitang suot ng
 karamihan,
Habag at pagluha na lamang ang nagagawa ko para
 kay ama,
Kaya kahilingan ko'y ipinapasa-Diyos ko lamang.

Simbang Gabi Noon At Ngayon

Ang laki ng pagkakaiba ng noon at ngayon sa ating buhay,
Mga pamana ngayon ay nagbuhat pa sa unang panahon,
Kabataan noon at ngayon ay ibang henerasyon,
Ito'y hango sa matayog na mga paglalakbay.

Noon ako'y namulat sa mahigpit na pagdidisiplina;
Gawaing bahay gawin at dapat kabisaduhin,
Si inay, galit kung ito'y papalpak simulan muli sa una,
Huwag kang umangal kung hindi baka ika'y paluin.

Ngayon kaysarap ng buhay sa bahay,
Si inay nagtatrabaho, ilang kabataan nakahilatay,
Kaysakit isipin kinagisnang disiplina ay wala na,
Ito ba ay kinamulatan? O anak ay mahal lang talaga.

Noon bago magsimbang gabi gawaing bahay dapat tapos mo na,
Kung hindi mapag-iiwanan ka't mahuhuli sa misa,
Kung mamalasin pati sa upuan ay mauunahan ka,
Kung kaya musmos pa lamang sa oras ay natuto akong magpahalaga.

Ngayon kabataa'y higit nagtatagal sa salamin sa pagpupustura,
Paglabas ng bahay ang mukha'y puno ng pintura,
Tila nakamaskara at hindi mo na makilala,
Kasuota'y tila tinipid sa tela't kita na maging kaluluwa.

Noon mula sa umpisa at hanggang matapos ang pari sa pagsermon,
Kabataa'y ang leeg walang lingon-lingon, mata at atensyon doon nakatuon.
Ngayon ilang kabataan nasa gilid at nakalupunpon hawak ang *cellphone*,
Pagkauwi ng bahay tanungin mo kung anong natutuhan sa *Misa de Gallo* walang maitugon.

Pasko Sa Eskinita

Malagkit na tingin ang sa kaniya'y naipukaw,
Mula sa aking kinatatayuan akin siyang abot tanaw,
Bitbit ang mumunting regalo upang siya'y sumandaling mapasaya,
Ang mahal kong kaibigan–isa ng ulila.

Masakit sa mata ang ilaw–patay sindi sa poste,
Nagsilbing tirahan–malawak na kalye,
Matigas na karton–nagsisilbing higaan,
Habang malambot na plastik–puno ng damit–ginawang unan.

Punit-punit na kumot sa kaniya'y nakabalot,
Damang-dama ang lamig sa kaniya'y nagpabaluktot,
Ni hindi niya magawang magsilakbo't mayamot,
Walang kamag-anak na kumupkop kaya't laging malungkot.

Balintataw unang araw kung paano ko siya nakilala,
Kahabag-habag marungis tila taong grasa,
Kamay sapo-sapo ang sikmura,
Habang ang isa nama'y nakaabot nanghihingi ng barya.

Tila ako binuhusan ng malamig na tubig, ako'y
   namumuhay marangya,
Nagsasayang ng pera sa mga luhong hindi
   mahalaga,
Mga suot ko'y mamahaling damit habang siya'y
   punit-punit,
Magmula noo'y palihim ko na siyang sinisilip.

Patagong pinaaabutan ng mamera matiyak na
   may panlaman siya sa sikmura,
Ngayon Pasko sa eskinita isinama ko sila mama at
   papa,
Ngayong gabi kami ang kasalo niya sa *Noche
   Buena*,
Bukas gigising siyang may matatawag na sariling
   tahanan at pamilya.

Mga Tulâ ni Dex Emerson

Pasko, Pangako, Pako

Lumalamig na ang hangin
Sumasaya'ng mga kanta
Dumadalas ang dalangin
At tahana'y gumaganda.
Halos lahat nagmamahal
Mga puso at paninda.
At hindi na magtatagal
Kalendaryo'y mag-iiba.

Buong mundo ay titigil
Magdiriwang, magsasaya
At walang makapipigil
Sa araw na laang Kan'ya.
Araw na maluwalhati
Na ang Ama ang may akda
Tandang pagsilang ng Hari
Na Pag-ibig ang nagtakda.

Araw na dulot ng Langit
Pag-asa ang dala-dala.
Kaligtasang iguguhit,
Paglaya sa tanikala.
Araw na 'pinagdiriwang
Sipatin dulo't simula.
Nang mabatid ang pagsilang,
Muling sílang ang himala.

Pangakong maipapako,
Sa bato'y maitataga.
Abang Hari ay inako
Poot na nakatalaga.
Kamatayan ang inani,
Itong araw ang pananda.
At sa pagbalik ng Hari
Handa na ba ang 'yong handa?

Pitik Panitik

Pumintig, pumantig, at naghimig Pasko,
Tumindig, nayanig tahimik kong mundo
Naantig, nadaig sa pagkakapako
Ang lamig at lawig ng mga segundo.

Nagmasid sa hatid na ligaya't ngiti,
Namanhid sa batid na pait at hapdi.
Napatid ang litid sa paghinging sukli
Na kahit pa said, ay sumubok muli.

Sa kitid ng silid ng puso at isip
Ay gilid ang tawid ng bugso at ihip.
Ang titik na hilig, gapulso ang silip
Isiksik mang pilit ay hindi malirip.

Daigdig ng himig na 'pinagtatangi!
Madinig ang tinig na 'binabahagi,
Ang higit na tindig sa pagluhod lagi,
Kaniig ay ibig ang Haring Alwagi.

Katinig, patinig, panitik ay kapos
Manalig, kumatig, umasa mang taos,
Sa bibig, sa bisig, hindi malulubos
Pag-ibig, sigasig, dakilang pagtubos!

Sa May Bahay Ng Aming Hari

Sa may bahay itong pagbati
Kahit dis-oras, gising palagi
Sa pag-ibig, sinong may ari?
Araw-araw ay nauuto, anyare?

Ang sanhi po ng aburido
Ang puso po'y kontaminado
Kasalana'y laking perwisyo
Konsensyang may bagyo sana ay mamasko!

Sa may bahay banal kunyari
Ang paghimas ay maluwalhati
Ba't pagkabig s'ya na ang hari?
Araw-araw ay matsing na tuso lagi

Ang sanhi po ng alburuto
Panloloko'y organisado.
Garapalan kung mamerwisyo
Pasensiya na 'pagkat ang puso ay bato!

Ang sanhi po ng pagparito
Ay si Kristo ang aginaldo.
At kung sakaling puso'y mabago
Presensya N'ya'y tapat, ito'ng pangako ko!

Karimlangit

May isang panahon sa mahabang kasaysayan
Kung saan ang karimlan ay s'yang nakasanayan.
Bumalot at pumuno at sadyang pamantayan.

Ngunit sa dulong langit ay may pangakong laan.
Sa kabila ng dilim ay may pag-asang daan.
Sinta na nanatili bago mundo'y simulan.

May isang takdang-haring, aliping isinilang,
At taos na namuhay ayon sa nabibilang
Dahil sa takdang araw s'yang alay na hinirang.

Tupa ang halintulad tahimik sa kamatayan.
At s'yang nagbigay bayad sa bawat kasalanan.
Pangako na bumangon tanda ng katapatan.

Muli ay magbabalik nang karimla'y wakasan.
At nang ang piling-baya'y mataos-kaligtasan.
Isang mahabang kwentong dulo'y kadalisayan.

Itong abang simula ang pusong-pagdiriwang.
Ngunit gawang liwanag ang pilit lumulutang!
Isang pagpapatunay sa puso'y dilim lamang.

Paskong Patanong

Minsan ay may isang araw,
na ang araw ay ang Pasko,
ay may mga bumalahaw
at ang tanong ay ganito:

"Sino nga ba ang dahilan
kung ang dahila'y 'di ako?"
Ang boses pa'y tinaasan
Nang tumagay 'tong si Sino.

Nang umikot na ang tagay
ang nagtanong ay si Ano.
"Ano ang dapat ibigay?"
"Ano ang dapat gawin ko?"

Nang magwika na si Saan
lasing na at gulong-gulo,
"Saan ba matatagpuan
ang simula at ang dulo?"

"Pareng Kailan sa'yo na!"
Sabay-sabay pa ang bwelo.
"Kailan pa? Kailan ba?"
"Pahingi na lang ng yelo."

Sabay pulutan at tanong

itong tusong si Paano.
"Paano mapunta roon?"
An'yang tila sigurado.

At nang dumaan si Bakit
Sabay-sabay nilang tukso:
"Bakit ka ba lumalapit?
At bakit ka ba narito?"

Bigla silang napatigil
nang si Bakit ang bumato
habang sambit nanggigigil
ang "Bakit nga ba may Pasko?!"

Mga Tulâ ni Chris Opeña Orcuse

Pamaskong Handog: Kaligtasan

Pagdadalamhati at hapdi sa puso,
Ang nararamdaman marahil ng Amá,
Anak Niyang bugtong Kan'yang isinugo,
Sa sála ng mundo Siyang magbabatá.

At dahil sa lubos Niyang pagmamahal,
Wala na sinuman ang makapipigil,
Panukala Niya mabisa at banal,
S'ya'y omnipotente at hindi inutil.

At nang dumating nga ang panahong takdâ,
Ang maipanganak Sugong Manunubos,
Kapanahunan din ng pagpapatalâ,
Dahil iniutos ni Caesar Augustus.

Si Jose't Maria dagli na tumugon,
Upang magpatalâ sa kanilang bayan,
Baku-bakong daan kanilang tinunton,
Subalit masaya yaong kalooban.

At sa paglalakbay ni Maria't Jose,
Okupado lahat: silid pahingahan,
Kung kayâ't ang Sanggol niluwal no'ng gabi,
Sa isang madilim, hamak na sabsaban.

Sabay nag-awitan yaong mga anghel,

Papuri ang sambit at mga parangal,
Lahat ay nagbunyi sa Sugong Emmanuel,
Maging mga pastol naparam ang pagal.

Pwersahang inutos ng masamang hari,
Mga bagong silang ay lipulin lahat!
Ngunit ang balangkas ng Dios mangyayari,
Ang Sanggol sa Belen, buháy! magliligtas!

Poot ng kaaway agarang sumiklab,
Gumamit ng dahas nanggulóng matindi
Ngunit pagmamahal ng Dios ay maalab,
Kaligtasang handog siyang iginanti.

Handog Sakripisyo

Ubos na ang mga damong nakatambak sa
sabsaban,
Sinimot ng mga báka pati ng tupa'y sinamsam,
Nangabulok na ang bubong na nagsibli na
silungan,
Ngunit 'sinilang na Sanggol buháy sa puso't
isipan.

Nangagsiuwian na rin ang sa parang: nagpapastol,
Na naunang nagbalita sa isinilang na Sanggol,
Ang malaong hinihintay tanging Haring
magtatanggol,
Sa masidhing pagdurusa sa opresyo't paghagulgol.

At nag-iba rin ng ruta naglakbay na mga pantas,
Na nauna nang naghandog sa Sugong
Tagapagligtas,
At marapat na gayahin sundan ang kanilang
bakás,
Ang matatalinong hari sumusuko sa "Itaas".

Ningning niyong tanging talà halos 'di na
mabanaag,
Ilaw na nagsilbing gabay sa madilim na
magdamag,

Ngayong Sanggol ay natunton sa sabsabang nakalatag,
Ang Katotohanang tangi, Daan, Búhay, at Liwanag.

Ang hamak na kalagayan kung sa'n si Hesus dumating,
Ay isang paglalarawan kung pa'no S'ya tatanggapin,
Ito'y may mensaheng lihim kung masinsinang pansinin,
Nagbabadyang pagdurusa ni Kristo'y masasalamin.

Paghahandog sa sarili na si Hesus ang ehemplo,
At ang pagpapahinuhod maging pagsasakripisyo,
Ito nawa ang ihandog gawin nating pangregalo,
Ipamalas sa kapuwa kahit 'di araw ng Pasko.

Artipisyo Sa Pasko

Siksikan na jeepney, palengke, at parke,
pati mga batang nagkalát sa kalye
ay pangkaraniwan t'wing b'wan ng Disyembre
lahat nagdiriwang mayaman at pobre.

Ang hatid ng Pasko'y sayáng umaapaw
mayro'ng salo-salo, pakanta't pasayaw
nangagkakaroling 'di na magkamayaw
subalit may hagod sa pusong mapanglaw.

Ngunit siyasigin 'tong kapanahunan
mga pandaraya'y walang pakundangan
uminto sa presyo talagang tahasan
sa ngalan ng Pasko daming nanlalamang.

Si kuyang masipag hindi pinapansin
ang bigat na halò ng graba't buhangin
at nang kan'yang sahod iabot ng lihim
'sang kilong galunghong 'yon lang kayang bilhin.

Nagtaka si ate bakit daw kaybigat
bitbit na binili 'sang kumpol na ubas
at nang kan'yang tingnan: supot-siniyasat
tinimbang may tangkay at kasamang patpat.

Pagbúnot ng ale ng pera sa bulsa

dahil magbabayad sa biniling páta
aba'y laking gulat wala ang pitaka
'yon pala'y nadukot ng switik kanina.

   Mga talimangmang talamak ngang tunay
nangaglipana nga ang mga pasaway
may pulis ma't tanod na nakaantabay
talagang sikmura'y sadyang matitibay.

   Walang kabuluhang magdiwang ng Pasko
kung sa ating kap'wa tayo'y nang-gagantso
kapos man sa handa maging sa regalo
katangiang tapat higit na presyoso.

Anino Ng Pasko

Sa hindi pagsunod sa utos ng Diyos
 ni Eba at Adan,
Ito ay tahasan na pagrerebelde
 at kasuklam-suklam,
Ang kinalabasan sila'y pinalayas
 sa Kan'yang harapan,
Kung kayâ tinawag ang lahi ni Adan
 na makasalanan.

Nang makita ng Dios na ang kasalanan lalong
 lumalalâ,
At ang mga tao ay tila lalo lang
 napapariwará,
Bunsod ng pag-ibig, habag, at biyaya,
 S'ya'y nagpanukalà,
Balak-pagliligtas sa Kan'yang nilikhâ
 ay isasagawa.

Mga saserdóte na noon sa templo
 ay nangagsisilbi,
Ang namamagitan sa Dios at sa tao
 kung sumasangguni,
Ay sumisimbolo sa Tagapaglitas
 na mamamayani,
S'ya nga ay si Hesus ang Tulay sa Ama
 naming marurumi.

Yaong ihahaing alay sa dambana
    dapat ay dalisay,
Walang bahid-dungis, ni batik ng dumi,
    puresa ang buhay,
Ganyan nga si Hesus na S'yang kaganapan
    ay ganap ngang tunay,
Sanhi kung bakit S'ya ang karapat-dapat
    mag-alay ng búhay.

Ang Tagapagligtas na ipadadala
    'di iba sa atin,
Bagaman S'ya'y Hari, ngunit kaibigan
    na maituturing,
Nagpakilala rin na isang kadugong
    sadyang maawain,
'Sinilang na hamak sa isang sabsabang
    káya lang abutin.

Nang dahil sa Pasko higit na mapalad
    ang ikaw at ako,
Dahil dumating na't naging kaganapan
    ang dating anino,
Ang kapanganakan ng Sanggol sa Belen
    ay isang regalo,
Itong Aginaldo Siyang nabayubay
    sa krus ng Kalbaryo.

Mga May-Akda

MARICHU LACERNA MONTE

Isinilang sa lalawigan ng Silangang Mindoro at kasalukuyang nakikipagbunô sa gitnang kagubatan ng bansang Singapore. Sa edad na trese ay natutong sumulat ng tula na naging sumbungan niya sa tuwing wala siyang makausap. Tula ang naging karamay at matalik na kaibigan sa loob ng halos tatlong dekada. Mas higit niyang niyakap ang larangang ito magmula nang maging isang OFW siya dahil dito niya naibubuhos ang hirap at lungkot na nararamdaman sanhi nang pagkakalayo sa pamilya.

ROSIE CARISTEA

Kilalá rin sa pangalang **Rio Ramilo**. Nagsimula siyang sumulat sa wikang Ingles at may-akda nang mahigit tatlong daang tula na karamihan ay nailathala sa iba't ibang web magazine at internasyonal na babasahin. Isa rin s'yang premyadong manunulat at ilan sa mga napanalunan n'ya ay ang Makata ng Taon, Reyna ng Balagtasan, at marami pang iba. Isa s'ya sa mga tagapanguna ng Online Writing Contest Law Enforcement Board (OWCLEB). Kasalukuyang Vice Chairman s'ya ng ANG ROSAS ORGANIZATION.

ESTRELLA C. COLLADO

Kilalá siya bilang **Es Collado**, tubong Gapan Nueva Ecija. Isang aktibong tagapangasiwa ng ilang pampanitikang pangkat gaya ng KAPANULAT, LETRA, RIMA, DIWANG MALAYA, at GIMIKAN AT TULAAN SA BAHAY KUBO. Nagsimula s'yang humabi ng tula noong taong 2019 at nagtuloy-tuloy hanggang sa kasalukuyan, at nagkamit ng maraming parangal sa larangan ng panulaan. Siya rin ang may-adka ng aklat na pinamagatang "PUSO NG TULA" na nailimbag ng Ukiyoto Publishing.

MELINDA D. VERGUELA

Isinilang noong Enero 17, 1964 sa Padre Garcia Batangas, nagtapos ng sekondarya sa mataas na paaralan ng Unibersidad ng Mindoro. Nagsimulang magsulat ng tula noong High School at naging libangan ito hanggang sa kasalukuyan. Masaya siyang naibabahagi ang kaniyang mga kaalaman at naniniwala na ang pagtula ay sining na dapat linangin at pahalagahan. Sa kasalukuyan isa siya sa mga tagapangasiwa ng Bigkis ng Panitik, isang pampanitikang pangkat.

CAROLE ADAWAG

Inner Whispers s'ya sa mundo ng panulaan. Computer Programing graduate, graphic artist, web designer, at magaling na videographer. Siya rin ay isang jewelry designer, batikang litratista, pintor, at makata. Kasapi s'ya sa ilang pangkat ng mga manunula/t at kamay-akda ng ilang antolohiyang nailimbag ng mga kilalang manunulat. Mahilig magluto para sa kan'yang dalawang anak na mga 'higante'. Isa sa pinagkakaabalahan ni Carole ay ang Inner Wrap Bookstore na kan'yang personal na negosyo.

LEO ROSAS

Kilalá na **Ulap Daluyong** sa mundo ng panulaan. Isang alipin ng mapang-aliping tula na nagnanais na ibuhos ang kan'yang talak, kuda, dadâ sa kan'yang mga titik. Sa tanong na "Kung ano ang Tula?" ang sagot n'ya ay, "Ako ang aking tula at ang Tula ay ako". Ninanais n'yang mabasa ng iba ang kan'yang mga obra, subalit ayon sa kan'ya ay hindi ganon kadali, dahil ang tula n'ya ay "siya" na binuo ng lalim, babaw, hangin, at kaisipang nabuo sa 'di maipaliwanag na emosyon, kung kayâ kinakailangang aralin at unawain.

LUCENA MENDOZA TABAO

Kilalá sa pangalang **Lucie**. Namasukan bilang Payroll Processor sa Universal Robina Corp., at naging District Sales Manager ng Mondragon Personal Sales. Inc. Minabuting tumigil magtrabaho at maging isang maybahay para sa tatlong anak. Natutong kumatha at magsulat ng tula sa kawalan ng kausap dahil nag-OFW ang asawa. Ito ang naging libangan habang nasa paaralan ang mga anak. Ngayon ay kasapi sa ibat-ibang grupo ng tulaan. Si Lucie ay nakatira sa Barangay Caniogan, Lungsod ng Pasig.

ELLEN MALAPITAN EPINO

Kilalá siya bilang **Ellen** sa mundo ng Tulaan at binansagan namang **Khayleen** sa larangan ng pangkat-musikang kinaaaniban. Nailathala na rin ang ilang mga akda na tulain sa iba't ibang grupong ipinagkakapuri at nagkamit ng mga parangal sa pagtutula. Isa siya sa nagtatag ng Harmony of the Soul (HOTS) na isang pangkat pangmusika. Sa Kagawaran ng Pananaliksik ang trabahong kan'yang pinagkakaabalahan sa ngayon. Si Ellen ay naninirahan sa Lungsod Quezon, Distrito Sais na wais.

CRESENCIANO G. FRANCISCO JR.

Kilalá sa sagisag-panulat na **KonSepto**. Kasalukuyang naghahanapbúhay sa bansa ng mga Arabo (UAE) bilang isang empleyado sa pribadong kompaya. Humigit walong taon na siyang namamasukan sa ibang bansa. Marami-rami naring nasungkit na kampeonato sa sinasalihan niyang mga writing competition o wricon. Naniniwala siyang may tatamuhin ang bawat isa kung sasamahan ng diskarte't gawa at may taimtim na panalangin, kawangis ng tulang may tugma, talinghagà at dausdos ng aliw-iw.

ANTHONY VILLEZA MARCO

Tonn Villeza Marco I ang kaniyang sagisag-panulat. Isinilang noong ika-31 ng Mayo taong 1988 at namalagi sa linang ng Bantad, bayan ng Gumaca, lalawigan ng Quezon. Dito niya ginugol ang mahabang panahon habang nagsusulat kasama ang kaniyang pamilya. Kasapi siya sa iba't-ibang pangkat ng panulaan. Minsan ay naaanyayahan s'yang maging hurado sa mga writing competition o wricon. Si Tonn ang mag-akda ng librong ANG PLUMA AT PAPEL na inilimbag ng Ukiyoto Publishing.

JOSEPHINE DELES PRUDENCIADO

Isinilang sa Midsayap North Cotabato noong July 15, 1967. Nag-aral siya ng kolehiyo sa Arellano University sa Maynila. Siya ay kasapi ng UP Palihang LIRA 2022 at mga panulaang Filipino. Ilan sa kan'yang mga piling tula ay kasamang nailathala sa mga aklat ng tula na *Balintataw, Glimpses, Isles of Words & Colors, Horizon's Creed* at Coffee Table-Book na *Rhyme of Words and Colors*. Libangan niya ang pagpipinta at potograpiya.

DALMACIO REALINO ALENTEJO

Tubong Abuyog Leyte, isang masayahin, mabait, at simpleng tao lang si **Dalmacio**. Nagsimula siyang humabi ng tula noong taong 2014. At noong kasagsagan ng pandemya ay minarapat niyang sumali sa mga pangkat pangpanulaan, kung kaya't lalong nahasa ang kan'yang pluma, dahilan na siya ay nakatanggap ng mga sertipiko ng karangalan patungkol sa pagsusulat ng tula. Lalo pang napag-alab ang bangis ng kan'yang tinta sa tulong ng mga kaibigan sa iba't-ibang grupo sa larangan ng pagsusulat.

APRIL GALLEGO GUILLANO

Si **April** ay graduate ng B. S. Accountancy. Bilang manunulat, ilan sa kan'yang mga katha ay nailathala sa Yuhom at Hiligaynon Magazine, mga librong *The Wait, Magkasintahan Vol. 27* ng Ukiyoto Publishing, *Digitalized Literary Journal* ng TLDTD, *Owamat Vol. 3* ng Pasyon Komiks, at *Agwat Hilom* na libro ng National Commission for Culture & The Arts at National Committee on Literary Arts. Siya ay kasapi ng Sumakwelan Iloilo Inc., isang samahan ng mga manunulat sa wikang Hiligaynon.

RHUENA BAUI

Kilala sa sagisag-panulat na "**Plumarupok**" at isang Caregiver mula sa Quezon City. Kumuha ng kursong Bachelor of Science in office Administration sa University of Rizal System (URS) Antipolo Campus. Isang single parent, kamay-akda ng mga librong antolohiya na *"Walang Forever Pero May Climate Change"* at *"Ramilyete"*. Hindi siya tumitigil sa pag-aaral at pagtuklas ng mga bagay upang higit na mahasa ang kaniyang pluma. Patuloy siya sa pagsusulat upang makapagpamulat at maging inspirasyon sa kaniyang mga anak at gayundin sa kaniyang mga mambabasa.

REX MOSENDE

Dex Emerson ang kan'yang sagisag-panulat. Tagapagtatag at tagapamahala ng Grupo at Pahinang PLUMA PILIPINAS. Isang alagad ng sining at panitikan mula sa S'yudad ng Borongan, Silangang Samar. Isang guro sa paaralan at tagapagturo sa simbahan. Isang asawa at ama sa isang pamilyang kumikilala sa Diyos ng kadakilaan at katapatan. Ayon sa kan'ya, "Dugo at tinta ang s'yang puhunan, karangalan at kagalakan ng Diyos ang simula at patutunguhan. Patuloy na magsusulat, mag-uulat, at manggugulat tangan ang dasal at pag-asang ang katha'y makapagpamulat."

CHRIS OPEÑA ORCUSE

Mobibard ang kan'yang sagisag-panulat. Libangan n'ya ang magsulat ng tulâ, maikling kwento, at liriko ng mga awit. Naging *President* ng *Supreme Student Council* noong siya ay nag-aaral pa sa Mataas na Paaralan at Pamantasan. Kamay-akda siya sa ilang nailimbag na mga antolohiya gaya ng *All I want For Christmas, Hiling sa Araw ng Pasko, Own a Poem, Horizon's Creed, at Magkasintahan Vol. 9*. Siya rin ang may-akda ng *HULAGWAY* na inilimbag ng Ukiyoto Publishing. Si Chris ay ipinanganak sa Maynila, lumaki sa Silangang Samar at kasalukuyang naninirahan sa bayan ng Teresa, lalawigan ng Rizal.

www.ingramcontent.com/pod-product-compliance
Lightning Source LLC
LaVergne TN
LVHW041942070526
838199LV00051BA/2871